I0609805

ज्याचं करावं भलं...

निरंजन घाटे

मेहता पब्लिशिंग हाऊस

Please contact us at **Mehta Publishing House,** Pune 411030.
Email : production@mehtapublishinghouse.com
Website : www.mehtapublishinghouse.com

Jyacha Karava Bhala by Niranjan Ghate

ज्याचं करावं भलं... : निरंजन घाटे / कथासंग्रह

© निरंजन घाटे

Email : author@mehtapublishinghouse.com

प्रकाशक : सुनील अनिल मेहता, मेहता पब्लिशिंग हाऊस,
१९४१, सदाशिव पेठ, माडीवाले कॉलनी, पुणे - ४११ ०३०

अक्षरजुळणी : पीसी-नेट, नारायण पेठ, पुणे - ४११ ०३०

प्रकाशनकाल : जुलै, २०१० / पुनर्मुद्रण : नोव्हेंबर, २०१९

मुखपृष्ठ : देविदास पेशवे

P Book ISBN 9788184981315
E Book ISBN 9789353171001
E Books available on : play.google.com/store/books
www.amazon.in

लेखकाचे मनोगत

इ. स. १९७१ मध्ये मी 'मनोहर' साप्ताहिकात स्तंभलेखनास सुरुवात केली. त्यानंतर कधीतरी सत्यवान टण्णूची आणि माझी ओळख झाली. नंतर काही दिवसांतच टण्णूने 'वटवट' नावाचे मासिक सुरू केले. मोठे मजेचे दिवस होते ते. मी, दिवाकर नेमाडे, आनंद साने, सुहास शिरवळकर, सत्यवान टण्णू, चिंतामणी लागू, अधूनमधून श्री. भा. महाबळ, नंतर राम नगरकर असे आम्ही दत्त उपाहारगृहात (त्याला आम्ही दत्त इंटरकाँटिनेंटल म्हणायचो) जमत होतो. एकमेकांची टिंगलटवाळी, विनोद सांगणे, चहा आणि धूम्रपान असा उद्योग असे. त्यावेळी मी 'वटवट' आणि 'बुवा'मध्ये बऱ्याच विनोदी कथा लिहिल्या. पुढे १९७७ साली पुणं सोडलं आणि १९८४ मध्ये पुण्यात परतलो. तोपर्यंत माझ्यावर 'विज्ञानकथा लेखक' हा शिक्का बसला होता.

'वटवट' आणि 'बुवा'तल्या माझ्या कथा खुसखुशीत, टाइमपास कथा होत्या. रूढ अर्थाने विनोदी कथा नव्हत्या. इंग्रजीत ज्याला 'लायटर व्हेन' म्हणतात तशा कथा होत्या. त्या एकत्र करून त्यांचं पुस्तक करायचं ठरलं आणि मग ते मागं पडलं. इतकं की, तो कथागुच्छ हरवला असं मी समजत होतो. तो अचानक सापडला आणि आज त्याचं पुस्तक निघतंय. 'वटवट' आणि 'मनोहर'ला तेव्हा मी २-३ टोपणनावाने लिहित असे. देवेन कौशिक हे त्यातलं नाव खूप प्रसिद्धही झालं होतं. पुढे विज्ञान लेखक या शिक्क्यामुळं बाकीचं लेखन कमी झालं आणि ती टोपणनावं मागं पडली.

या कथांमध्ये जे आर्थिक उल्लेख आहेत ते तसेच ठेवले आहेत. त्यामुळं अगदी वीस-पंचवीस वर्षांपूर्वी खरंच दहा रुपयांत खूप चैन करता येत असे, हे लक्षात येईल. माझ्या विज्ञानकथा आणि विज्ञानलेखनातले नर्म विनोद वाचून मी चांगलं विनोदी लेखन करू शकेन, असे बरेच जण म्हणतात. त्यांना आता 'मीही खुसखुशीत लेखन केलं होतं', हा लेखी पुरावा मी दाखवू शकेन. त्या काळात महाराष्ट्रातून दारूबंदी नुकतीच रद्द करण्यात आली होती. बीअरची बाटली मुंबईत इराण्याकडं साडेतीन रुपयांना मिळत होती आणि पुण्यातल्या महाविद्यालयांमध्ये विद्यार्थी विद्यार्थिनीशी बोलत उभा दिसला, की महाविद्यालयाचे शिपाई शिट्टी वाजवून त्यांना महाविद्यालयाबाहेर काढायचे त्या काळातल्या या कथा आहेत, हे लक्षात ठेवलं तर या कथांचा आनंद लुटताना अडचण यायचं कारण नाही.

निरंजन घाटे

अनुक्रमणिका

एका प्रकरणाची सुरुवात

मी, बंड्या, अशोक आणि घारू असे आम्ही चौघे कडके वीर नेहमीप्रमाणं बोंबलत बसलो होतो. बंड्याचे बरे आहे. त्याला बिडीकाडीचं व्यसन नाही. तो पीतही नाही. इतकी किरकोळ व्यसनं आपल्याला नाहीत म्हणतो. आमचं काय? आम्हाला फक्त असली किरकोळ व्यसनं आहेत आणि त्यांना पैसे पडतात. बिडी न् पान नसेल तर मी खलास होतो, तर अशोक नि घारू दारू नि बिडी नसेल तर खचतात आणि पैसे असलेच तर तेही कधीतरी अशोककडे. मी म्हणजे धनंजय पाषाणकर. आर्थिक परिस्थिती नावासारखीच. खिशात पाषाण असायची सुद्धा चणचण, खिसे फाटके. कारण बाबांची शिस्त.

बंड्या म्हणजे वाळिंबे याच्या पैशाची नदी वाळली होती. या हीरोने चक्क त्याच्या जन्मदात्याला गेल्या महिन्यातच खुल्लाखुल्ला स्वत:च्या मनात मागच्या पिढीबद्दल काय विचार येतात, हे सांगून टाकले होते. त्या वेळेस निदान वडील केस कापायला दोन-अडीच रुपये देत होते, ते तरी आधी हाती घ्यायचे; पण तत्त्व नि बाणेदारपणा नावाचा दुर्गुण माणसाच्या अंगी शिरला की त्याचे आर्थिक नुकसान होते. या वचनाचा (वचन माझे) त्याला प्रत्यय यायचा होता.

"तुला जर केस पोरीसारखे वाढवून हिंडायचे असेल, तर आत्ताच्या आत्ता घराबाहेर हो!"

आता बाबा असं म्हणाले तर काय त्यांना उलटून बोलायचं? अशा वेळेस गप्प खाली मान घालून ऐकून घ्यावं का नाही? पण बंड्या म्हणजे अगदी च्यायला टिळक नि छत्रपतींना बाणेदारपणाच्या बाबतीतले आदर्श ठरवीत, "हे पहा डॅड! युवर जमाना ऑफ धिस लिटल् हेअर कट इज ओव्हर! डॅड आता धिस इज लेटेस्ट फॅशन! अँड इफ युवर सन इज मागे पडिंग इन सच थिंग, व्हेअर युवर स्टेटस विल गो? आय से व्हेअर इट विल गो?" एवढं मोठं भाषण आपल्या बापाला ठोकायची

काही गरज? पण यांची जर का दोन वाक्यं इंग्लिशमध्ये बरोबर आली तर यांना फॉर्म गवसतो. जर पहिल्याच वाक्यात चूक झाली, तर बंड्याच्या तोंडाला कुलूप; पण जर ती बरोबर आली तर काय होते हे आपण पाहिलेच.

बंड्याच्या बाबांनी पोराचं पाणी ओळखलेलं होतंच. त्यांनी काडकन कानाखाली आवाज काढला नि बंड्याला एक तर केस नाहीतर घर, असा खुल्ला सवाल टाकला. एवढेच नव्हे, तर बऱ्या बोलानं कटिंग केली तर ठीक आहे. दोन दिवसांत काय ते ठरवा, तिसऱ्या दिवशी घरात रहायचं असेल आणि कटिंग झाली नसेल, तर ते स्वत: बंड्याला घेऊन न्हाव्याकडे जाणार होते आणि मागे वाटी नि पुढे बिस्कीटकट मध्ये सगळं चकोट अशी कटिंग, (दहा रुपये पडले तरी चालतील, मी देईन) करून येणार होते, अर्थातच, बंड्याची, आणि शिक्षा म्हणून (ही शिक्षा उपरवाल्या भाषणाबद्दल! माय ब्लडी फादर हेट्स माय ब्लडी इंग्रजीवरची मास्टरी) त्यांनी बंड्याचा पॉकेटमनी कट केला होता. रोज सकाळी बंड्याच्या हातात चहासाठी चार आणे पडायचे.

"आमचा बाप मागच्या जन्मी तैमूरलंग, त्याच्या आदल्या जन्मी चेंगीजखान, त्याच्याही आधी अल्लाउद्दीन आणि जादूचा दिवा सॉरी, खिलजी होता."

"बंड्या सनावळीत घोळ करतोयस तू!"

"प्रश्न सनावळीचा नाही, माझ्या भावना लक्षात घे तू!" बंड्याकडे सध्या नाणेटंचाई असल्यामुळे आम्ही त्याला काहीही बोलू शकत होतो; पण बंड्याच्या तीव्र भावना लक्षात आल्यामुळे आम्ही माघार घेतली. थोड्याफार फरकाने आमचीही परिस्थिती अशीच होती. फरक एवढाच, की आमचे वडील म्हणजे माझे नि घारूचे– आपापल्या गावी होते नि आम्ही रूम घेऊन राहात होतो. अशोकच्या बाबांनी कधीच कुणाला त्रास दिलेला नाही. यामुळे बंड्या वैतागत असे.

"च्यायला, मी निर्व्यसनी तरी शिव्या खायच्या! नि तुम्ही सालेहो मोकाट उंडारा! मोकाट!" आमचाही याला नाइलाज होता.

पण चौघांचीही कडकी होती हे मात्र खरे! आम्ही उगीचच टाईमपास करत बसलेलो. पैसा नाही म्हणून कुठेही जाणे नव्हते. वेळ घालवायला म्हणून अशोकने वर्तमानपत्र उचलले. मी आत्मचिंतन करीत होतो. बापाला शिव्या देऊन दमलेला बंडू ओसरलेला जोर परत आणण्यासाठी कॉटवर आडवा झाला. घारू नेहमीप्रमाणे धूर करत रद्दी विकली तर किती पैसा येऊ शकेल, याचा विचार करीत असावा नि उभ्या सुईवर बसलेला माणूस कसा किंचाळेल तसा अशोक किंचाळला.

"आयला!"

"काय रे? काय झालं?"

"वुई आर ब्लडी फूल्स!"

"ते सगळं जगच बोलतंय, तू काय नवीन सांगितलंस?''

"काय संधी आहे ही?''

"कसली?'' मी विचारायचं म्हणून विचारलं!

अशोकच्या असल्या फँटास्टिक कल्पनांना आम्ही आता कंटाळलो होतो. घारू-बंडूने तिकडे लक्षही दिलं नव्हतं.

"पैसा आपली वाट बघतोय!''

आता मीही नाद सोडून दिला.

"आम्ही आयला हे म्हणून सांगावं तर तुम्ही अगदी च्यायला टिंगलसुद्धा करीत नाही आजकाल.''

मामला गंभीर होता. बंडूने कूस बदलली. घारूने बिडीचे थोटूक टाकून दिले. मी जांभई आवरली.

"पहिले बक्षीस ७५, दुसरे ५०, तिसरे ४० शिवाय उत्तेजनार्थ असंख्य बक्षिसे. आहात कुठे!''

"१५२१।५९ई शिवाजीनगर मध्ये'' आम्ही म्हणालो.

पैशाचा विषय होता. काही दिवसांत मी ग्रॅज्युएट होऊन नोकरीस लागणार या विश्वासावर किती दिवस काढायचे?

"हे बक्षीस मिळवायला करायचं काय? फक्त एक गोष्ट लिहायची, तीसुद्धा साडेतीन हजार शब्दांची!''

आम्ही परत गप्प बसलो. हे काम जरासं अवघडच होतं. आजपर्यंत आम्ही कुणीही या भानगडीत पडलेले नव्हतो. अगदीच कडकी आली तर "आमची चिंगी फार हुशार आहे. परवा आई म्हणाली, 'आता वीजकपात आहे' तर ती म्हणाली, 'मग ती बशीत ओत ना!' फारतर 'का गं ती गरम आहे का! मग ती बशीत ओतून फुंकर मार' '' या धर्तीचे विनोद पाठवून रुपया व अंक मिळवणे एवढीच आमच्या साहित्यिक प्रतिभेची मजल. तर ७५ रुपये वगैरे बक्षिसाची गोष्ट लिहायची म्हणजे काय चेष्टा वाटली? असले ७५ चुटके लिहून काय होणार? कथा? वगैरे प्रगल्भ तारे आमच्या बुद्धीतून बाहेर पडले. साहित्यिक भाषेत यास स्फुल्लिंग म्हणतात म्हणे.

पण तरी ७५ रुपयांत चैन होणार होती. मात्र, प्रतिभा जागृत करायची तर त्याला बुद्धीचे ऑयलिंग किंवा मेंदूचे सर्व्हिसिंग व्हायला हवे. म्हणजे सिग्रेट तरी आलीच. मराठीतले बरेच ख्यातनाम पितात म्हणे. आम्हीही प्यायलो असतो. पण देशाची अर्थव्यवस्था फार नाजूक आहे, मग आमची कशी असेल. चलन फुगवटा वगैरे शब्द ऐकतो. पण आम्हाला चलनच दिसायला तयार नाही तर फुगवटा कुठला! शेवटी आम्ही गोष्ट लिहायचीच असं ठरवलं.

प्लॉटचा प्रश्नच नव्हता. फक्त तीन हजार पाचशे शब्दांत ती गोष्ट कशी बसवायची हा प्रश्न होता. शेवटी प्रत्येकाने सेपरेट सेपरेट स्टोरी लिहिली. मग त्यातल्या त्यात बऱ्या वाटणाऱ्या गोष्टीवर कलमं झाली. घारूने गोष्ट लिहिलीच नव्हती. अशोकची गोष्ट ५०० शब्दांत संपली. तर बंड्याची गोष्ट म्हणजे कादंबरीच्या वरताण. ४० फुलस्केप पानं झाली. त्यातल्या त्यात माझीच गोष्ट ३५०० शब्दांच्या जवळपास– टू बी एक्झॅक्ट तीन हजार पाचशे बत्तीस शब्दांची झाली होती. घारू सेंट्रल बिल्डिंगच्या ऑडिट डिपार्टमेंटमध्ये सुट्टीत नोकरीला होता. त्याने शब्दन् शब्द मोजून ही फायनल फिगर काढली होती.

आम्ही याच गोष्टीत सर्वानुमते फेरफार केले आणि तीन हजार चारशे सत्त्याण्णव शब्दांत ही कथा बसविली आणि नाव ठरवले.

आता लेखकाचे नाव. अशोकने लगेच पत्त्यांचा डाव काढला. पाने वाटली माझ्या वाट्याला इस्पिकची राणी आली. बाकी पब्लिकला सत्ती, दुऱ्री नि तिऱ्री. मग लेखकाचे नावही आमचेच ठरले. आम्ही गोष्ट रजिस्टर्ड एडी केली नि एडीची पावती मिळाल्यावर सर्व विसरून गेलो.

एकदाच बंडूने खळबळ माजविली. ''अरे! मला माहितीय रे! हे संपादक साले चोर असतात रे? एका संपादकाने तर बऱ्याच कथास्पर्धेतल्या कथा बदलून दिवाळीला स्वत:च्या नावावर पाठविलेल्या होत्या. एक संपादक मोबदला तर कधीच देत नाही; पण बक्षिसांतही कमिशन खातो.'' सुदैवाने हे मासिक तसे निघाले नाही, तर आम्हाला दुसरे बक्षीस लागले. यथावकाश मासिकाची कात्रणे एवढेच नाही, तर बक्षीसही आले, शिवाय पुन्हा लिहिण्याचे आमंत्रण! आम्ही नुसती चैन केली.

बंड्याचे एक भविष्य मात्र खरे ठरले. कथा स्पर्धेची मुदत वाढणे, कथा आल्यामुळे निकालाची तारीख पुढे ढकलली जाणे आदी प्रकारांत इतके दिवस गेले, की दरम्यानच्या काळात आम्ही चक्क बी. ए. वगैरे होऊन मायबाप सरकारच्या कृपेने पाट्या टाकू लागलो होता. चक्क राष्ट्रीयीकृत बँकेत.

एक दिवस त्या मासिकाच्या छापाचा लखोटा आला. त्या लखोट्यात आणखी एक लखोटा होता. सोबत संपादकांचे पत्र.

'सोबतचे आपल्या नावावर लिहिलेले पत्र आमच्याकडे आले ते आपणाकडे पाठवीत आहोत.' मीही काय असावं म्हणून बिचकत बिचकत ते पत्र उघडलं.

प्रिय श्री. लेखकमहाशय,

आपली 'सौभाग्यवती' या अंकातली बक्षिसाची कथा वाचली. ही गोष्ट आपण लिहून बक्षीस मिळवलेत याबद्दल प्रथम आपले अभिनंदन करते. (अक्षर बायकी होतेच, पण या 'करते'ने त्या पत्रलेखिकेचे स्त्रीत्व शाबीत केल्यावर स्वर्ग केवळ

दोनच बोटे उरला. एवीतेवी नाचत नाचत खिडकीपर्यंत आलोच होतो. प्रश्न केवळ दोन बोटे पुढे सरकून रस्त्याच्या दिशेने आंग झोकून देण्याचा होता. खरी गोची पुढेच होती. प्रथम या शब्दाचे महत्त्व लक्षात यायला हवे होते.)

लेखकाने लिहावे, बक्षिसे मिळवावी; पण असं करताना कुणावरही अन्याय होणार नाही याची काळजी घ्यावी.

आपण आपल्या कथेत माझी कहाणी हुबेहूब चित्रित केलीतच; पण पुढे ही कथा सर्वस्वी काल्पनिक असून, कथेतील, पात्रांतील व्यक्तीचा कुठल्याही जिवंत वा मृत व्यक्तीशी संबंध असल्यास तो योगायोग समजावा. असं लिहून स्वत:चा भ्याडपणाही सिद्ध केलात. असो. त्यातल्या त्यात समाधानाची गोष्ट म्हणजे निदान एका चांगल्या लेखनशैली असलेल्या लेखकाने माझ्या जीवनकहाणीस हात घालावा हे समाधानही थोडे नाही (भलतीच भावनाविवश वगैरे झाली होती ती. नाहीतर अशी वाक्यात गोंधळली नसती. माझ्यातला बी. ए. सायकॉलॉजिस्ट जागा झाला) असो. वगैरे वगैरे.

आपली नम्र
मेधा कारखानीस.

मी धाडकन जागच्या जागी कोसळलो, मेलो, बोंबललो, फापललो, 'अरे! हा काय जोक आहे साला. आमची कॉलेज क्वीन मेधा आगाशे नि आमचा एक दोस्त रमेश कारखानीस यांच्या नावाचे कलम करून आम्ही आमच्या नायिकेचे नाव तयार केले होते. कॉलेजच्या प्रिन्सिपॉलच्या नावाला व्हाअिस प्रिन्सिपॉलचे आडनाव लावून नायकाचे नाव निर्माण केले होते. नि ही बाई सरळ भलतेसलते आरोप करते. कानाखाली आवाज काढायला हवेत सालीच्या. नाही, अब्रूनुकसान, विनयभंग असला खटला होऊन नोकरी जायची. मी त्या बाईचा कान आणि त्याखालील भाग मनातून काढून टाकला.

एक पत्र खरडले. गैरसमज, योगयोग वगैरे वगैरे या धर्तीवर काहीतरी लिहिले, उद्देश नव्हता. तुमचे नाव प्रथमच ऐकले. आम्ही नावं लॉटरीने चिठ्या टाकून काढली इत्यादीही भर घातली आणि हे विचार मनातून काढून टाकले. मी हे विसरलो तरी नियती विसरली नव्हती आणि मेधा कारखनीस नावाची तरुणी तर अजिबात विसरली नव्हती.

एक दिवस क्वार्टर पँट आणि बनियन अशा वेशात खांद्यावर रुमाल टाकून आमची स्वारी चहा करीत बसली होती. स्टोव्ह मधनंच शिंग काढत असे नि मी 'हम तुम चोरीसे, बंधे एकऽऽ च्यायला, लेका नीट पेटलास तर तुझ्या बापाचे काय जाईल! जैय्यो कहाँऽऽ स्साला स्टोव्हच्या!' या धर्तीवर स्टोव्हला चहाचे पाणी

उकळण्यास प्रोत्साहन देत होतो. दारावर खट्खट् अशी कडी वाजली.

"दार उघडंच आहे, बंड्या!" मी ओरडलो. दार उघडले गेले पण कुणीच आत येईना. मला संशय आला. मी घाईघाईने कॉटवरची लुंगी खेचली नि ती लावत पुढे सरसावलो.

चक्क बरी पोरगी दारात उभी! चक्रावलोच! चहाचं आधण एवढं चढायला लागलं का काय? हातातली चारमिनार अजून पेटवायची होती ती तशीच खिडकीत ठेवली. माझ्या जबडा लोंबकळत छातीपर्यंत गेला असावा. त्या सुकन्येने विचारले "आत येऊ?" आयला! आमची अक्कल शेण खाते ती अशी. मी हाताने जबडा वर ढकलला, नि म्हटले, "या ना! या! आत या!" खुर्चीवर कपड्यांची रास होती. आमची सुपरस्वच्छ अंतर्वस्त्र दडवायची बुद्धी व्हायच्या आत ती कॉटवर जाऊन बसली. मी दोरीवरचा टॉवेल खेचून खुर्चीवरची वस्त्रे त्यात गुंडाळून कपाटात कोंबली नि त्या बाईला विचारलं, "हं बोला; काय सेवा करू आपली?" "धनंजय पाषाणकर आपणच का?" काय मान झुकवली यार! नजाकत असावी तर अशी. (नजाकत म्हणजे नक्की काय? शब्द बराय म्हणून वापरलाय! चूक भूल देणे घेणे! मथितार्थ येवढाच की माझ्यासारख्या पाषाणाला उर्दू बोलायला लावणारं सौंदर्य होतं ते) "हो! मीच धनंजय पाषाणकर!" हे ऐकून ती बाई एकदम दुष्यंताने त्यागलेल्या शंकुतलेच्या थाटात रडू लागली. मी खचलो. अरे, आमच्या स्वप्नातसुद्धा कधी बाई आलेली नाही नि तिने माझ्या रूमवर येऊन येऊन रडायचं कारण काय? आणि स्वप्नात येऊन काही व्हायला हे काय सत्ययुग आहे?" हे तर चक्क कलियुग आहे. इथे प्रत्यक्षातसुद्धा घडून न घडल्यासारखे लोक दाखवतात.

"अहो! प्लीज तुम्ही रडू नका! काय असेल ते बोला नि चालू लागा!" मी बोलून गेलो. मनात नाना प्रकारचे तर्क आले. आता बहुधा कुणीतरी बलदंड तरुण येऊन मला दमदाटी करेल किंवा यांनी माझा विनयभंग केला होऽऽ म्हणून हीच बाई टाहो फोडेल वगैरे. मी झटकन खोली बाहेर पडलो नि गॅलरीतून रस्त्यावरची शोभा पाहू लागलो.

थोड्या वेळाने त्या बाईचे हुंदके थांबले. मी परत आत आलो.

"माझं नाव मेधा कारखानीस!" ती बाई किंवा तरुणी बोलली.

"तुम्हाला काय हवंय!" माझा वैताग बोलला.

"तुम्ही काय म्हणून माझा असा छळ करताय?"

"पण मी केलं तरी काय?"

"म्हणे काय केलं?"

"पण मी पत्रात स्पष्टच कळवलं होतं."

"मग आमचे बाबा फारच खवळले! ब्रिगेडियर होते ना ते!"

''मी काय ब्रिगेडियरला घाबरतो काय? माझे बाबाही ब्रिगेडियरच होते!'' मी बाबांना एक प्रमोशन दिले.

''हॅं! तुमचे बाबा कर्नल होते. ग्वालियरला रिटायर झाले!''

''हे तुम्हाला काय ठाऊक?''

त्या तरुणीने जीभ चावली नंतर म्हणाली, ''बाबाच म्हणाले, हे कर्नल पाषाणकरांचं पोरगं असणार! माझ्या पोरीवर कथा लिहितो काय? बघतोच त्याच्याकडे!''

''पण मग तुम्ही इथे कशा? डॅडी काय म्हणतील?''

''म्हणून तर आले. ते संध्याकाळी इथे येणार आहेत. त्यांनी तुमची चौकशी केली आहे. ते कान धरून तुम्हाला तुमच्या वडिलांकडे धुळ्याला नेणार आहेत नि तुम्हाला माझ्यासाठी मागणी घालणार आहेत!''

''हॅं! मला इतक्यात लग्नच करायचं नाही!''

''हेच तुम्ही म्हणू नका, असं सांगायला आल्ये मी!'' एवढं बोलून तिने माझा निरोप घेतला. जाताना जवळून गेली. मी आपला सुन्न होऊन कॉटवर पडलो. काय करावं सुचत नव्हतं. एकही गधडा मित्र आज येत नव्हता.

असा किती वेळ पडलो होतो कुणास ठाऊक. दारातून एक मोठी सावली आत पडली. मी बंड्या, अशोक कुणी तरी आलं म्हणून धावत दारात आलो. बघतो तर एक भलताच माणूस दारात उभा.

खाकी माणसाला खाकी माणूस दारात बरोबर ओळखतो. बाप खाकी माणूस. बरोबर. प्रश्नच येत नाही. हे ब्रिगेडियर कारखानीस असणार!

''या ब्रिगेडीयरसाहेब! आता या!''

''यू आर मिस्टेकन माय बॉय! आय ॲम अ रिटायर्ड कर्नल!'' म्हणजे पोरीनेही माझ्यासारखीच बापाला बढती दिली होती. कर्नलचा पोरगा ब्रिगेडियरच्या पोरीला घाबरेल असं तिला वाटलं असावं.

''मग कारखानीस हे आडनाव तरी बरोबर आहे का?''

''ऑफ कोर्स नॉट!'' आयला, हा फत्रूड कर्नल माझ्या बापासारखाच मायबोलीत बोलायला तयार होईना!

''व्हॉट् डू यू मीन बाय दॅट्!''

''मी सांगतो! पण आधी मला दोन-चार गोष्टी समजावून सांगा!'' ही ऑर्डर द्यायची सवय असलेली माणसं दुसऱ्याचं कधी ऐकून घेत नाहीत; पण जमलं तर बघावं म्हणून मी विचारलं होतं.

''हं! बोला!''

''आपल्याला मेधा नावाची मुलगी आहे काय? आपल्याला किमान मुलगी तरी

आहे का?''

''मला मुलगी आहे, तिचं नाव मीना; मेधा नाही!''

''तुमचं नाव काय?''

''कर्नल राजाराम साखोळकर!''

''आपला येण्याचा उद्देश?''

''तुमच्या वडिलांची नि माझी जुनी ओळख आहे असं मीनाला कळलं. म्हणून तिने मला पाठवलं. आज रात्री तुम्ही जेवायला तर या! मग पाहू!''

''अहो पण!''

''दॅट्स ॲन ऑर्डर, माभॉय!'' असं म्हणत टक्टक् बूट वाजवीत कर्नलसाहेब मार्गस्थ झाले.

मी त्यांच्याकडे दुर्लक्ष करून खोलीत येऊन पडलो. हा कर्नल लेकाचा पत्ता न सांगता गेला होता. हा विचार मनात येईपर्यंत दुपारची पोरगी हजर!

काय नाटक चाललंय तेच उमगेना.

''कर्नल साखोळकर तुमच्याकडे कसे आले?''

''तुला काय करायचंय?''

''ते बाबांचे मित्र आहेत.''

''काय मीना! इथे काय चाललंय!'' कर्नल साखोळकरांचा आवाज खोलीत घुमला. मी टणकन उडालो. ''पत्ता सांगायला विसरलो म्हणू परत आलो. तुमची ओळख आहेच, नाही का?'' असं म्हणून ते वळणार एवढ्यात मी ओरडलो. ''नाही!''

''काय नाही?''

''आमची ओळख नाही!'' असं म्हणून मी सर्व हकीकत त्यांना सांगितली. तर हा कर्नल लेकाचा 'ओह् यू नॉटी गर्ल' असं म्हणला नि माझ्याकडे वळला. ''मग कुठला कान पकडून वडलांकडे नेऊ? बाकी आमची मीना एखादी वस्तू मिळवायसाठी काहीही करेल.'' आणि मी वेड्यासारखा आऽऽ वासून उभा राहिलो नि मिनीने वडिलांच्या हातात माझा कान दिला.

आता पुढचं काही सांगायला हवंच का?

■

ज्याचं करावं भलं...

मी धनंजय पाषाणकर, आपली भेट झाली आहेच. माझ्या मिनी साखोळकरशी ठरलेल्या लग्नाची हकिकत आपण वाचली असेलच. त्याचा तसा इथे काही संबंध नाही. पण सिनेमाच्या रांगेत आपण शेवटी असलो की एवढीसुद्धा ओळख पुरे होते, नाही का?

त्या दिवशी काय झालं, मी सकाळी जागा झालो. तसा रोजच होतो म्हणा. पण एखाद दिवशी आपण जागे होतो तेव्हा डोक्यात एखादा विचार, एखादी काव्यपंक्ती उगीचच घोळ घालत असते. त्या दिवशी मी जागा झालो तर डोक्यात एकच ओळ 'यो हो हो ॲन्ड अ बॉटल ऑफ रम !' लुई स्टीव्हन्सनच्या ट्रेझर आयलँडमधली ही ओळ! शाळेत असताना पूर्ण काव्य मला पाठ होते, पण आता एवढी ओळच का आठवावी? शनिवारीच पार्टी झाली, त्याला चार दिवसही झाले नव्हते. कंप्लीट रिबी-सॉरी हरी नाही दविवाव! च्यायला अजून उतरली नाही का काय? दुसरा पूर्ण दिवस झोपून काढला होता.

माझी मित्रमंडळी तुम्हाला माहीत आहेतच. अशोक नि घारू होतेच. बंड्या लेकाचा नुसताच पाव नि मटणाचा रस्सा खाणारा. त्याला वासानेसुद्धा गांगरल्यासारखं झालं होतं. माझं लग्न ठरल्याबद्दल ही पार्टी दिली होती. त्या पार्टीला ज्ञानेश्वर कुलकर्णी हजर होता. माणूस बरा वाटला. पार्टीत मजा आली होती.

यो हो हो ॲंड अ बॉटल ऑफ रम! मी सगळी कविता आठवायचा निदान एक कडवे आठवायचा प्रयत्न करीत चहा केला. लग्नाला अजून अवकाश होता. मिनीला तिच्या बाबांनी मुंबईला पाठवलं होतं. चहा पिऊन, अंग विसळून मी कपडे चढवले नि वैशालीच्या दिशेने भारदस्त पावले टाकू लागलो. पावलं खरोखरच जड झाली होती, स्वप्नात आलेली मिनी नि शनिवारची पार्टी.

मी खिसे चाचपले, पाकीट वर राहिले होते. काडीपेटीही विसरली होती.

शनिवारनंतर पैशाचा प्रश्नच नाहीसा झाला होता. कारण होती नव्हती ती शिल्लक संपली होती. पगाराची वाट बघणे आवश्यक होते. एक तारखेला अशा वेळी भरपूर अवकाश असतो. दिवस जाता जात नाहीत. खिशात काही सुटे पैसे शिल्लक होते. यो हो हो अँड अ बॉटल ऑफ रम! ऑफिसला ईद, होळी, गुड फ्रायडे, रविवार वगैरे असंख्य सुट्या जोडून आल्या होत्या. सेकंड सॅटर्डेचीही यांच्याशी युती होती त्यामुळे आजपासून रविवारपर्यंत ऑफिसचं तोंड पहायची गरज नव्हती. चैन!

थांबा, चैन कुठली? चैनीसाठी आर्थिक पाया भक्कम लागतो म्हणे. मी चहा नि सिग्रेटची ऑर्डर दिली. डोक्यात यो हो हो अँड अ बॉटल ऑफ रमचे ड्रम वाजतच होते. तेवढ्यात कुणी तरी ओरडलं "काय लेखक?" ती एक गोष्ट छापून आल्यापासून हा एक भयाण पीळ सुरू झाला होता. जो तो मोठ्याने बोंबलायचा. "काय लेखक?" त्यात त्या गोष्टीवर आम्हाला बायको मिळालेली, मग तर काय? "च्यायला! त्या धनंजय पाषाणकराचंसुद्धा लग्न जमलं लेका, नाहीतर तुम्ही!" असे उद्‌गार बऱ्याच अविवाहित तरुणांना गावातल्या वृद्ध लोकांनी ऐकवले असं आमचा खास बातमीदार कळवतो.

मी मागे वळून बघितले. साक्षात ज्ञानेश्वर कुलकर्णी सदेह अवतरले होते. "बरं झालं भेट झाली, लेखक म्हणाल्याचा राग नाहीना आला?" मला नाही म्हणणे भाग होते कारण त्या ज्ञानदेवाने खिशातून विल्सचे पाकीट काढून टेबलावर फेकले होते. पुढच्या वाक्याने माझे हृदय थांबले, "काय, डोसा घेणार?" हेच ते मर्मभेदी वाक्य!

मी पुण्यात जन्मलो, पुण्यात वाढलो. कुणीही माणूस कारणाशिवाय कुणालाही डोसा खाऊ घालेल या गोष्टीवर या कलियुगात मी कसा विश्वास ठेवीन बरे? मी ठेवलाच नाही, पण समोर गोष्टीच अशा घडल्या की, नाही म्हणताही विश्वास ठेवणे भाग पडले. त्याने चक्क डोसा मागवलासुद्धा. क्षणभर आपण जत्रेतल्या चक्रात तर बसलो नाही ना? असा मला भास झाला. तो जग्गू नावाचा वेटर पाणी ठेवून आत गेला नि मी एका घोटात तो ग्लास संपवला. हा ज्ञानेश्वर कुलकर्णी लेकाचा खरोखरच रेड्याकडून वेद वदवील, याबद्दल माझी खात्री पटली. आत हा माझ्याकडून काय वदवून घेतो ते मात्र महत्त्वाचे. आमचं एक तत्त्व आहे. यो हो हो अँड अ बॉटल ऑफ रम!' आयला या बॉटल ऑफ रमने पिळलंय सकाळपासनं, आपली एकच ओळ डोक्यात घोळते आहे. काय झालंय काही कळत नाही.

माझं तत्त्व, खरं म्हणजे माझं नव्हे. टी. बी. अंबिले नावाचे एक गृहस्थ महाराष्ट्रात होऊन गेले. त्यांनी प्रथम सतराव्या शतकात या उक्ती जाहीररीत्या म्हटल्या. भलेतरी देऊ... वगैरे वगैरे. (भलेतरी देऊ कासेची लंगोटी (कुणाच्या?) नाठाळाचे काठी देऊ माथा!) मी वगैरे वगैरे लिहिलं नि मग लक्षात आलं या

पुण्यातला एखादा संशयात्मा मला हे संपूर्ण वाक्य माहीत नाही असे विधान करायचा. (म्हणून हा कंसाचा खटाटोप बरं!) तर कुणी मैत्रीच्या भावनेने मदत मागायला आला तर आपल्याच्याने नाही म्हणवत नाही. आर्थिक मदतसुद्धा शक्यच नसते म्हणून करीत नाही. पैसे असले तर करायची आपली तयारी आहे, असो आपण आता गंभीर झालं नाही हे!

मी माझे काम ज्ञानेश्वरांच्या शब्दामृतासाठी सिद्ध केले होते. (शब्द + मृत - नव्हे, शब्द + अमृत) आणि साहेब काय म्हणतात हे ऐकायच्या तयारीत होतो. एकवेळ सोळकरच्या हातून फॉरवर्ड शॉर्टलेगला कॅच सुटेल पण मसाला डोसा, विल्स नि चहा पाजणाऱ्या या ज्ञानदेवाचा प्रत्येक शब्द नि शब्द पकडायचाच अशा दक्षतेने मी बसलो.

"तू हसणार नाहीस ना?" ज्ञानेश्वरने मला विचारलं.

"अरे, पण बोल तरी!"

"तुझ्या बऱ्याच ओळखी आहेत म्हणे!'

"कुठे?"

"नाही म्हणजे माझी दोन कामे आहेत."

"दोन का? वाऽऽ व्वा! एक मुलीची ओळख, दुसरी म्हणजे गोष्ट संपादकाकडे देऊन छापून आणणे!"

"तू शरलॉक होम्सचा बाप आहेस, डिटेक्टिव्ह धनंजयचा आजोबा आहेस!" आदरमिश्रित आश्चर्ययुक्त आवाजात तो म्हणाला, "थँक्यू सर!" मी विनयाने मान लववून म्हणालो आणि कॉलर ताठ केली.

"तू हे कसं काय ओळखलंस?"

"अनुभवाने! माझी गोष्ट छापून आल्यामुळे माझं लग्न जमलं ही बातमी वणव्यासारखी पुणेभर पसरली असून या आजकाल बरीच माणसं माझा या दोन्ही बाबतीत सल्ला घ्यायला येतात. त्या सर्वांच्या संभाषणाची सुरवात तू हसणार नाहीस ना? या वाक्याने होत असते. अहा बालका बोल आता!"

"मी एक विनोदी कथा लिहिली आहे!"

"तू मला संकटात टाकतो आहेस! थांब, दचकू नकोस! कारण सांगतो ना! तुझं पहिलं वाक्य असं, 'तू हसणार नाहीस ना?' आता तू जर विनोदी गोष्ट लिहिलीस आणि त्याची थीम ऐकून मी हसलो तरी तू नर्व्हस होणार, कारण मग तुला असं वाटेल की आपली गोष्ट फसली. आता तू असं कर, आधी गोष्ट सांग! पुढचं पुढं!"

"त्याला बॅकग्राऊंड आहे रे!"

'यो हो हो अँड अ बॉटल ऑफ रम!'

डोसा आला, आम्ही तुकडे मोडू लागलो. डोसा संपेपर्यंत मी काहीच बोललो नाही. एवढ्यात बंडू आला, तोही बसला "काय कन्सल्टेशन चाललंय वाटतं?"

"तू गप्प बसून ऐकणार असलास तर थांब! उगीच त्याला नर्व्हस करू नको!"

मी बंड्याला थोपवत म्हणालो.

"तू याचा सल्ला घेणार असलास आणि तरीही तुला यशस्वी व्हायचं असेल तर एक उपाय आहे. हा म्हणेल त्याच्या उलट वागायचं! काय करू नये हे जाणून घेण्यासाठीच तर लोक याच्याकडे येतात!" बंड्या कारण नसताना पचकला. मी त्याच्या सांबारातला वडा उचलून तोंडात टाकला. आता लेव्हल झाली. या वेळपर्यंत फुल कंपनी हजर झाली होती आणि सगळ्यांसाठी या ज्ञानदेवाने पुन्हा एक ऑर्डर सोडली. त्यामुळे बंड्यासारखा जाज्वल्य विरोधकही शांत बसला. अशा रीतीने आमची बॅकग्राऊंड तयार झाली.

"मी तुला म्हटलं," ज्ञानेश्वर महाराजांच्या तोंडून अमृतवाणी बाहेर पडली "की यात मुलगी आहे, पण ती नेहेमीसारखी नाही."

"म्हणजे?"

"सांगतो ना. आमचं जवळ जवळ जमलंच आहे!"

"मग लांबून लांबून काय सांगताय!"

पुन्हा एकदा ज्ञानेश्वराचा मूडभंग करण्याचे पातक बंडूच्या हातून घडताच एकदम तीन हात त्याच्या पाठीच्या दिशेने सरसावले. बंडू बिचारा संख्याबलाच्या राजकारणामुळे गप्प बसला.

"तर तिचं नाव शीला! तर ती मला काय म्हणली माहीत आहे?" एवढं बोलून ज्ञानेश्वर महाराज गप्प झाले.

"मी काही बोललो नाही, आधीच सांगून ठेवतो!" बंड्याने स्वसंरक्षणात्मक वाक्य टाकले. आम्ही त्याच्याकडे जळजळीत पाहिले. दुसरा कुणी असता तर जळून राख झाली असती पण हा बंड्या होता. मग अशोकला त्याची दया आली. तो म्हणाला, "ये देखो बेटा, जो कुछ कहना है वो कहके डालो। क्या? तुम्हारी डेम तुमको क्या बोली इसका हमको पता नही। लेकीन जो बात है वो साफ साफ बोलो, हम तुम्हारे पिछे है।" अशोकचं हे भाषण संपलं नि ज्ञानेश्वर कुलकर्ण्याने मुंडी हलवली.

"का रे, बायकोने झाडलं की काय?" –मी.

"बायको नाही बे, फियान्सी" –घारू.

"तेच रे ते! आम्ही आईच्या भाषेत बोल्लो।" –मी.

"आताच याला झापाझापीचा अनुभव यायला लागलाय." – अशोक.

बंडू मात्र गप्प होता. तो आता पुन्हा बोलू लागला.

''परवाच्या पार्टीवरून का काय?'' त्याने विचारले.

''आमच्याबद्दल वाईट-साईट बोलली असली तरी सांगून टाक, काळजीचं कारण नाही!''

''वत्सा! तुजप्रत अभय असो!'' असं मी बोललो नसतो तर फार बरं झालं असतं असं मला दोनच मिनिटांत वाटणार होतं; कारण हे वाक्य बोलून होताच त्या कुलकर्ण्यानं एक ग्लास पाणी प्यायलं, भकाभका झुरके मारून सिग्रेट संपवली नि त्ये बोल्लं, ''ती म्हणते तो पाषाणकरसारखा बावळट माणूससुद्धा गोष्ट लिहून बक्षीस मिळवतो. त्याच्या तोंडावरची माशीसुद्धा उडत नाही आणि ती मीना साखोळकर दर दोन मिनिटांनी त्या गोष्टीचा उल्लेख करून मला हिणवते नि तुम्हाला मठ्ठ म्हणते.'' अतिशय भयाण शांतता तिथे राज्य करू लागली. सन्नाटा का काय असतं ना तसं झालं. सगळ्यांना वाटलं की माझ्या रागाचा विस्फोट होऊन इथे काहीतरी प्रचंड उत्पात घडणार; पण मी वाचली नसली तरी डिग्रीबरोबर मिळालेली गीता प्रेस, गोरखपूरची गीता माझ्या रूमवर होती. त्यात 'स्थितप्रज्ञस्यका भाषा' हा काहीतरी श्लोक असे. म्हणजे स्थितप्रज्ञाची भाषा कोणती असा अर्थ असावा. माझी म्हणजे स्थितप्रज्ञाची भाषा –म्हणजे मौन, आपल्या पूर्वजांनी 'मौनं सर्वार्थ साधनम्' म्हटलं आहे ते काय उगीच? मी गप्प बसून राहिलो. जर शीला मला बावळट म्हणाली असली तर मीना ज्ञानेश्वर कुलकर्ण्याला मठ्ठ म्हणाली होती आणि ज्ञानेश्वर माझ्याकडे मदतीची याचना करीत आला होता आणि मुख्य म्हणजे मी त्याला अभयदान दिले होते. जाणाऱ्या वेटरला मी कांदा उत्तपाची ऑर्डर दिली नि कुलकर्ण्याला म्हटले, ''आणि ती पुढे म्हणाली, तुम्ही गोष्ट लिहिल्याशिवाय मला परत तोंड दाखवू नका! करेक्ट?'' त्याने मान हलविली. 'छापून आल्याशिवाय' असं ती म्हणालेली नव्हती हाही मुद्दा मी त्याच्या लक्षात आणून दिला. पण त्याला फारसा पटला नाही. त्याच्या मते असं केलं तर तिने फसवणुकीच्या अपराधाबद्दल आणखी शिवीगाळ केली असती. मग आम्ही गोष्ट लिहावी असं ठरलं.

''पण तुला कसली गोष्ट पाहिजे?''

''द सँडलवूड ब्रेसियर इज बर्निंग माय बॉडी बॉडी– हाण सख्या असलं काहीतरी ग्रामीण!''

''अरे पण त्याला इंग्लिश नाव?''

''सध्या फॅशन ती आहे; कुणीही उठतो नि गोष्टीला इंग्लिश नाव देतो, आत काही नसेना का, तेवढंच फक्त नावीन्य!''

''अरे पण ते निराळं, इथे लोकाच्या मासिकात गोष्ट छापून आणायची आहे!''

''मासिकात गोष्ट छापून यायला काय अक्कल लागते, माझी नाही आली?''

यावर सगळ्यांचे एकमत झाले. आम्ही एक गोष्ट लिहिली. गोष्ट होती दोन

मैत्रिणींची. जिवाभावाच्या मैत्रिणी असतात, एकदा त्यांचं भांडण होतं वगैरे वगैरे.

आता प्रश्न होता छापून आणण्याचा, पण मोबदला न देणारे अनेक मासिकवाले नवनवीन मासिकं काढून जोपर्यंत रद्दीवाल्यांचा सांभाळ करताहेत नि आमच्यासारखे लेखक जोपर्यंत या रद्दीत उत्साहाने भर घालताहेत तोपर्यंत गोष्ट छापून आणणे अवघड नव्हते. आम्ही त्याच दिवशी पाचला पोस्ट बंद व्हायच्या आत गोष्ट लिहून रवाना केली आणि मग ज्ञानेश्वराने खरोखरची रमची बाटली काढून आम्हाला आश्चर्याचा धक्काच दिला. माझी अतिंद्रीय संज्ञा काम करीत असावी, त्याशिवाय सकाळी सकाळी मला यो हो हो अँड अ बॉटल ऑफ रम आठवलं नसतं.

दिवस जात होते. गोष्ट पाठवली आहे या एका आश्वासनानंतर ज्ञानदेवचा वट वाढला होता. तो आनंदात होता. आम्हीही खुशीत होतो आणि एक दिवस ज्ञानेश्वर धावत धावत आला. "धन्या! घात झाला रे घात झाला!" असा टाहो फोडायचंच बाकी ठेवलं होतं त्याने!

"वत्सा! शांत हो आणि काय झालं ते सांग!"

"व्हायचं काय? त्या वेळेस वैतागाच्या भरात मी एक कविता लिहिली होती. आपण गोष्ट पाठवल्यावर मी ती कविताही पाठवून दिली होती आणि ती चक्क छापून येत्ये असं पत्र आलंय!"

"अरे, मग बिघडलं कुठं लेका, चांगलंच झालं की!"

"चांगलं झालं? तू माझ्यावर एवढे उपकार केलेस! आणि त्याची फेड ही अशी, ते पत्र घेऊन शीला होळीच्या होळकरासारखी बोंबलत गावभर हिंडत्ये नि ती मीनाकडेही जाणार असं म्हणाली होती. आता तुझं कसं होणार, कविता करायला सुरवात कर हे सांगायला आलो होतो मी इथं!" मी ते ऐकून कपाळावर हात मारून घेतला नि धाडकन पलंगावर कोसळलो. कधी कुणावर उपकार करायला जावं तर आमच्या तंगड्या या अशा आमच्या गळ्यात पडत होत्या.

मी उठलो नि ज्ञानेश्वराचे पाय धरले. म्हटलं "देवा, आता कविता लिहा नि आम्हाला वाचवा!"

बाहेर जोरजोरात आवाज येते होते. म्हणून ज्ञानूने दार उघडले नि झंझावात यावा तशा त्या दोघी आत आल्या. पाच मिनिटे कुणालाच काही कळेना. मग शीला आणि मीना अशा या दोन व्यक्ती आहेत हे आमच्या लक्षात आलं. शीला ज्ञानेश्वरकडे वळली नि म्हणाली, "ती गोष्ट कुणी लिहिली होती, बोल?"

ज्ञानेश्वराने माझ्याकडे बोट दाखवले "मग ती कविता मीना म्हणते त्याप्रमाणे याच ध्यानाने लिहिली असणार!" असं म्हणून दार आपटून आम्हाला तिथंच सोडून शीला नावाची वावटळ निघून गेली."

"यो हो हो अँड अ बॉटल ऑफ रम" पण ही बॉटल आमच्याही नशिबात नव्हती बरं! "सांगून ठेवत्ये उद्या सकाळी मी येणार आहे, कविता तयार ठेव, आत्ता मी बाजू सावरली, पण हा शुंभ तिची समजूत घालेल आणि माझी थाप उघडकीस येईल त्याच्या आत मला कविता हवीय!" असं सांगून ही वावटळही खोलीतून निघून गेली.

मग ज्ञानदेव आणि मी एकमेकांच्या कपाळावर हात मारून घेत साफ आडवे झालो.

∎

आणखी एक विकेट

मी, अशोक, बॉबी, बंडू नि घारू असे बसलो होतो. नेहेमीसारखेच म्हणजे मधे टेबल, टेबलावर ॲश ट्रे, चार पाण्याचे ग्लास, चार चहाचे कप, तीन सिग्रेटी. ॲश ट्रे मध्ये आमच्यासाठी जान कुर्बान केलेल्या धूम्रोत्पादक श्वेतनलिकांच्या तांबड्या फिल्टरी अस्थी. गंभीरच होतो थोडेसे. राजाचं लग्न होऊन तो हनिमूनला गेलेला. आमच्याकडे कडकी, रद्दीही विकून झालेली. नोकरीनिमित्त परगावला गेलेले आमचे मित्रही परतून येत नव्हते. मग आम्ही हताश न व्हावं तर काय व्हावं?

"काही तरी करायला हवं यार ?" अशोक हे पाचव्यांदा म्हणाला.

"हो ना, काही घडतच नाही!" बंड्याने त्याला पाचव्याही वेळी तेच उत्तर दिले.

"साला, काहीतरी सनसनीखेज करायला हवं!" मी त्याला पुस्ती जोडली.

"अरे...!" घारू म्हणाला नि त्याचे वाक्य अर्धवट राहिले. बाहेरून एक असली चिकनी पोरगी चालली होती की बोलायची सोयच नाही. काय वंडरफुल होती ती!"

"शी इज अ रिअल ब्यूटी!" –इति अशोक. "काय ब्युटिफूल आहे, च्यायला साली!" –इति बंडू. "खरोखरच ब्युटिफूल म्हणवी तर हिला!" –इति मी! "अरे......!" –इति घारू.

"बंड्याची विकेट पडली. त्याला आता इनिंग नाऽऽऽही!" मी म्हणालो.

"का? का? आम्ही काय पाप केलंय?" –बंड्याने विचारलं.

"येड्या, साली म्हणाला रे तिला तू! बिनडोक!" घारूचा स्टार्ट संपून वाक्य बाहेर आलं.

"हॉऽऽ! हॉऽऽ! हॉऽऽ!" ही अशोकची प्रतिक्रिया!

ती सुंदर तरुणी पदर सावरत हळूहळू पुढे चालली होती. आता थोड्या वेळात ती दिसेनाशी होणार हे माझ्या लक्षात आलं.

"चला रे उठा! तिचा पत्ता काढूया!" मी उठत म्हणालो. "बस खाली!" अशोकने मला खाली बसवलं. "मठ्ठ माणसा, अशा चिकन्या, जाडभिंगवाल्याला मिळतात. त्यांचे बाप कर्नल असतात. कितीदा सांगायचं?" त्याने मला सुनावलं.

"मी जाड भिंगाचा चष्मा लावीन!"

"अरे... तिचा बाप पोष्टमास्तर आहे, सबनीस नाव तिचं! आपुणको विचार!"

"व्वा घारू! वंडरफुल, चहा आणरे!" मी वर्दी दिली. "हे बघ बाळ! पैसे आहेत का खिशात?" बंडूने मला पृथ्वीवर आणले. "हो! बल्ब आणायला दिलेत घरनं!"

"मग ठीक!"

चहा आला.

"बाळ, तुला किती वेळा सांगू?"

"काय किती वेळा सांगू?"

"आपण एखाद्या गोष्टीच्या मागे लागलो की ती दूर पळते. पण तिच्याकडे आपण दुर्लक्ष केलं की ती चालत आपसूक आपल्याकडे येते!"

"पण या सबनिष्णीला मी तिच्याकडे दुर्लक्ष करतोय हे कळणार कसं? आणि समजा कळलं तर ती चिडेल ना!"

"येड्या थांब! आधी माझं बोलणं पुरं होऊ देत, सब्नीशीण गेली झन्नम मधे!"

"मग मला पण जाऊ देत!"

"तू मधे मधे बोलू नको रे!"

"व्वा! म्हणजे काय? एवढी पोरगी नि तिच्याबद्दल बोलायची बंदी? नि तू लेका तिला झन्नम मधे पाठवणारा कोण?

"अरे...!"

"मला चांगला पॉईंट सुचलाय रे!"

"मग ऐकायलाच हवा, अशी गोष्ट बऱ्याच दिवसांनी घडते!"

"बंड्या, बंड्या साल्या...!"

"टेक ईट ईझी, बॉब!"

"तर आय ॲम गोईंग टू टेक ईट इझी, आणि हेच मला सांगायचंय. आपण एखाद्या गोष्टीच्या मागे लागलो की ती गोष्ट दूर दूर पळते. दाखले आहेत रामायणात महाभारतात! बॉबी फॉर्मात आला होता, त्याचे मुद्दे अशा वेळेस ऐकणीय असतात.

"आता रामाचंच उदाहरण घे. सीता म्हणाली कांचनमृग आणा, धावला बिचारा. समजा दंडकारण्य टाईम्स असता, तर राम म्हणाला असता, आधी कपभर चहा टाक बघू, मी जरा अग्रलेख वाचून घेतो! त्या कांचनमृगाला रामाला दूर न्यायची घाई होती. तो रामापुढे आणखी नाचानाच करू लागला असता नि नेमका

बाणाच्या टप्प्यात आला असता नि रामायण घडलंच नसतं. तसंच आहे हे पण! येईल ती आपल्या टप्प्यात येईल!'' बॉबीने आपले भाषण संपवले.

''तू ढीग म्हणतोस ती आपल्या टप्प्यात येईल, पण मला तर काही तशी चिन्हं दिसत नाहीत!'' बंडूने आपले एक ऑब्जेक्शन घेतले.

''समजा, मी तिला तुझ्या टप्प्यात आणली तर तू करशील शरसंधान? की अर्जुनाप्रमाणे गांडीव टाकून बसशील? मी गीता बीता सांगणार नाही, आधीच सांगतोय. आपण तिला टप्प्यात आणतो पण यू ऑल्सो हॅव टू टेक ॲक्शन! आणि श्रमांचा मोबदला मिळायलाच हवा!'' बॉबी म्हणाला.

यावर बंडूचे नि त्याचे हस्तांदोलन झाले. घारू आणि मी याला साक्षीदार ठरलो. मी फक्त एकच शंका काढली. बंड्याला घरून गेले कित्येक दिवस लग्नाचा आग्रह चालला होता तेव्हा खाली मुंडी घालून मिशा पिळत 'नाही!' म्हणणारा बंड्या ऐनवेळेस मागे हटला तर? आणि कुणीही काहीही म्हणायच्या आत मी स्वत:ला स्टँडबाय म्हणून घोषित केले. मागे सुब्रतो गुहाला निवडून त्या जागी ऐनवेळी व्यंकटराघवनला खेळवणाऱ्या मर्चंटसारखं या वेळेस परमेश्वराने वागावं असं मला सारखं वाटत होतं.

आम्ही दरवेळेस नेहेमीसारखे जमत होतो. साहेबाला शिव्या देत होतो. ऑफिसात फक्त स्वत:लाच अक्कल आहे, बाकीचे सगळे लोक मठ्ठ आहेत यावर आमच्यात एकमत होत होतं. अधूनमधून स्वाती सबनीस दिसत होती. तिचं लग्न होऊन तिला पोर होईल व बंड्या किंवा मी फाफलत बसू याबद्दल मला खात्री वाटू लागली. इतके दिवस बॉबीबद्दल वाटणारा विश्वास डळमळू लागला. मी निराश होऊ लागलो. बंड्या याबद्दल काहीच बोलत नव्हता. घारू मधूनमधून चौकशी करायचा. अशोक नुसताच हसत होता.

एक दिवस समोरून स्वाती सबनीस आली. तिचं नाव स्वाती आहे हे त्याच सकाळी बॉबीने आमच्या समोर फेकलेलं हाडूक. 'पडतील स्वाती तर पिकतील मोती' असं मी म्हटल्यावर ''माझ्या मुलाचं नाव मी मुळीच मोती ठेवणार नाही!'' असं बंडूने जाहीर केलेलं! बाहेर पडलो नि स्वाती आली.

''हाय स्वाती! हौ आर यू!'' बॉबी म्हणाला.

''फाईन, थँक्स!'' स्वाती म्हणाली,

''हा बंडू, पसंत आहे का?'' बॉबी म्हणाला,

''हो, पण तो तयार आहे का?'' स्वातीने विचारले.

''ते त्यालाच विचार!'' बंडूची बोबडी वळलेली.

आम्ही अवाक् झालेलो. ''अरे, हा काय गुरांचा बाजार आहे का काय?'' पण

बॉबीच्या बाबतीत काहीच अशक्य नव्हते म्हणा, मागे एकदा भर रस्त्यात 'ही शिंगे सुंदर दोन, शेपूट किती हे छान! जरी काळीही दूध पांढरे देई, लागते गोड ते आई!' असं तो काळ्या वर्देला उद्देशून म्हणाला होता. ती चिडली. लगेच सुऱ्याने बॉबीची गचांडी धरली होती. मग माफी प्रकरण झालं. सुऱ्याचं नि वर्देचं जुळलं. कालांतराने लग्न झालं. तेव्हा वर्देला कळलं की त्याचं जमावं म्हणून बॉबीने हा बनाव घडवून आणला होता, ते सुद्धा भर रस्त्यात, "मग काय सुऱ्या, विरजण लागलं वाटतं!" असं डबा लागलेल्या सुऱ्याच्या बायकोकडे बघत बॉबीने विचारलं तेव्हा. आता सुऱ्याकडे केव्हाही गेलं तर बॉबीला किमान चहापोहे तरी मिळतातच. फक्त अट एकच. बॉब्याने आचरटपणाने भर रस्त्यात त्यांच्या उपस्थितीत काही बोलायचं नाही. यावरही 'तसं झालं नसतं तर तुमचं लग्नही एकमेकांशी झालं नसतं.' असे बॉबीने उद्‍गार काढलेच पण तो अलिखित करारही बॉबी पाळत आलाय.

हे आपलं कॉमेंट्रीत मैदानावर काही घडत नसलं की ३८ साली व्हेन आय वॉज इन इंग्लंड असं चालतं त्यातला प्रकार. दुसरं म्हणजे बॉबी काहीही करू शकतो हे पटवून देण्याचा माझा माफक प्रयत्न. अर्थात बॉबीच्या स्वयंभू पराक्रमाला याची गरज नाही.

"का हो! मग आज संध्याकाळी याल ना आमच्याकडे?" स्वातीने बंडूला विचारले.

"हो! येईन ना, वा! नाहीतरी आम्ही आजकालचे तरुण हॉटेलातच संध्याकाळ घालवतो." बंड्या एकदम बोलला. आमची टाळकी सरदलीच होती.

"माझं घर म्हणजे काय हॉटेल वाटलं?" स्वातीने विचारले. बॉबी परत मधे पडला. मग आम्ही सगळे पुन्हा वैशालीत गेलो. स्वातीने भराभर ऑर्डरी दिल्या. बंड्यानेही त्याच तत्परतेने बिल दिले. मग बंड्या स्वातीचं घर बघायला नि तिला पोचवायला अशा दुहेरी उद्देशाने स्वाती बरोबर रवाना झाला. नेहेमी नीट स्टार्ट न होणारी याची स्कूटर अगदी वेळेवर स्टार्ट झाली. बंड्या परतेपर्यंत आम्ही इथेच थांबायचं ठरलं, या नंतर बंड्या परतेपर्यंतच्या काळात बॉब्याला आम्ही असंख्य वेळपर्यंत छेडले. ही काय भानगड आहे म्हणून, पण तो बोलेना. यात काहीतरी गोची आहे हे आम्हाला कळत होतं. आम्ही बॉब्याला असंख्य प्रकाराने लालूच दाखवत होतो पण तो बधत नव्हता. अखेरीस तो निघून गेला. आम्हीही हळूहळू फुटलो. बंडू काही आलाच नाही.

दुसरा दिवस. बंडूची हजेरी नाही. प्राण जाईल पण हॉटेल वैशाली वरचा आमचा अड्डा भरला नाही असे होणार नाही, असा आमचा दृढ निश्चय. बंडू म्हणजे वैशालीला घर समजणारा माणूस. कॉलेजात असताना तो घराला राक्षसनिवास म्हणायचा. असा बंडू वैशालीला का बरं येऊ नये? ऑफिसात फोन केला, तिथे कळलं की तो रजेवर आहे. मग आम्ही बंडूच्या घरी मोर्चा वळवला.

“बंडू! अरी ओ बंडू!” मी जोरदार हाक मारली.

“अरे बंड्याऽऽ!” ही घारूची आरोळी, टारझनच्या आरोळीसारखी.

बॉबीने जाऊन बेल वाजवली. त्याच्या चेहऱ्यावर काळजीची चिन्हे होती. बंडूची आई दार उघडायला आली.

“अरी ओ बंडूकी माँ, तुम्हारा लाडला बेटा कहाँ है?”

मी फिल्मी डायलॉग टाकला. घारूने टेबलावरचे फिल्मी मासिक उचलले. नेहमीच्या पद्धतीप्रमाणे ‘जायचं असेल सिनेमाला!’ किंवा ‘उलथायचं असेल स्कूटर वरून!’ असलं काहीही न विचारता बंडूच्या आईने बंडूच्या बाबांना हाक मारली. मामला नक्कीच गंभीर होता, बंडूचे बाबा आले, बसा म्हणाले. आम्ही बसलो. बंडूची आई आत गेली. बंडूची आई रिकाम्या हाताने कधीच बाहेर येत नाही याची आम्हाला खात्री होती. बंडूच्या बाबांनी घसा साफ केला. आम्ही ते बोलायची वाट पाहू लागलो.

“तुम्ही पोरांनी काय चालवलंय?” बंडूज् डॅड उवाच.

“कुठे काय?” हा आमचा कोरस. “उलट आम्हीच बंडू आजकाल का येत नाही हे विचारयला इथपर्यंत आलो!”

“तुम्ही त्याला बंदी केली वाटतं?” ही घारूने पुस्ती जोडली.

“त्याला काही तरी झालंय, रजा घेतलीन्, बोलत नाही, बाहेरच असतो!”

“लग्न करायला हवं त्याचं, केव्हा पासून म्हणत्ये मी.” बंडूचे लग्न हा बंडूच्या आईचा वीक पॉईंट होता. तिने असंख्य तरुणांना लग्नाची बेडी अडकवली होती. काही जणांना तर चक्क ‘अस्सं कानाला धरून उभा करीन!’ असं म्हणत अगदी खरोखरच तस्सं बोहल्यावर उभं केलं होतं, याला आम्ही साक्षीदार होतो. राजाचं लग्न अशोकने जमवल्यावर तिची अशोककडे बघायची दृष्टी बदलली. तिला अशोकची मेथड मान्य नसली तरी ‘ऑल इज वेल दॅट अेंड्स वेल” या उक्तीवर तिचा विश्वास होता. त्यामुळे सुरीणीने– सुऱ्याच्या बायकोने बॉबीच्या आचरटपणाचे असंख्य दाखले दिले तरी, हा अशोकच आपल्या बंडूला या भवसागारातून तारून नेणारी नाव मिळवून देईल असं तिला वाटायचं. बंडूच्या बाबतीत तिने पराभव मान्य केला होता. पराभवाच्या उंबरठ्यावर असताना भारतीय संघ ज्या आतुरतेने पावसाची वाट पहातो तशीच तिला मदतीची अपेक्षा होती.

टीप– ज्या कुणाला नमनास घडाभर तेल म्हणजे काय याचा अर्थ दुसऱ्यास समजावून द्यायचा असेल त्याच्यासाठी वरचा परिच्छेद आहे. परिच्छेद म्हणजे पॅरेग्राफ. दिवसेंदिवस मराठी मुले कॉन्वेंटाळल्यामुळे अशी सटीप गोष्ट लिहावी लागते.

आमचे लक्ष तिच्या हातातल्या डिशमधल्या सफरचंदाच्या फोडी व द्राक्षांकडे होते.

"सबनीस पोस्टमास्तरांचं घर हलवायचं होतं. त्यांना मदत करीत असेल तो. मास्तर मला म्हणाले होते मदतीला याल का? पण आम्हाला कुणालाच वेळ नव्हता. सबनीसांची बायको राजापूरची, आमचे आजोबा राजापुरास मास्तर होते. म्हणून ओळख निघाली." बॉबीने खुलासा केला.

"मग तुम्ही इथे चौकशीला कसे आलात?"

"आजकाल बंडू येत नाही, म्हटलं सामान हलवून आजारी पडला का काय?"

बंडूमातेच्या चेहेऱ्यावर 'बुचकळा' होता कारण बंडूने काम केल्याचे तिने बंडूच्या आयुष्याच्या पंचवीस वर्षांच्या इतिहासात पाहिले नव्हते.

"सबनीसांना तीन मुली आहेत, मुलगा नाही!" या वाक्यावर बंडूमाता सरबत आणायला धावली. "त्यांच्याकडे फोन पण आहे!" आम्हाला सरबत आले. अशोक उर्फ बॉबीने तोपर्यंत नंबर फिरवून बंडूच्या आईच्या हातात दिला. "सबनिशीण बाईंचं नाव सुमतीबाई!" अशी मौलिक माहिती पुरवून तो पुन्हा सोफ्यात विसावला.

"तुला त्यांचं नाव कसं कळलं?"

"दारावर पाटी आहे सुमतीबाई सबनीस, बी.ए.!"

अगदी तुच्छतेने बॉबी म्हणाला,

"पण तू त्यांची ओळख कशी काढलीस?"

"मराठेचे बाबा पण पोस्टमास्तरच आहेत. मराठे ठाऊक नाहीत तुला? आपला झंप्या?"

मला हा झंप्या मराठे खरोखरच ठाऊक नव्हता पण काय करणार? ऐकून घेणं भाग होतं.

"तर मी झंप्याच्या बाबांकडे गेलो. त्यांना मुंबईहून त्यांच्या इलेक्ट्रिक शेव्हरचा कुठलातरी पार्ट पाहिजे होता. त्या बदल्यात सबनीस मास्तरांची ओळख करून घेतली. सरळ झंप्याच्या बाबांना म्हटलं सबनिसांच्या मुलीला हे स्थळ सुचवा म्हणून!" मग त्यांच्याबरोबर सबनिसांकडे गेलो नि त्यांना मदतीला बंड्या येऊ शकेल असं आश्वासन दिलं. तीन मुलींचा बाप तो, त्याला आयतं स्थळ चालून आलं तर नको कशाला म्हणेल? त्यात राजापूरचा उल्लेख आला!" तोपर्यंत बंड्याची आई फोनवरच बोलत होती हे बघून बॉबी आत गेला. थोड्या वेळात तो व त्याच्यामागून बंडूची आई बाहेर आली. तिच्या चेहेऱ्यावर हास्य होतं. इथून पुढे मामला अधिकृत बनला. बॉबीच्या मेंदूवर पूर्वी बळी मिळविलेल्या तलवारीवर खूण करीत तशी आणखी एक खूण वाढली होती.

■

जीनचे माप

मी आणि ज्ञानू वैशालीला बसलो होतो. नेहेमीप्रमाणेच कुणीतरी बिडीकाडी करायला धनिक भांडवलदार भेटतोय का बघत होतो. शाम्या दारात आला; गुलाबी जीन, वरती टी शर्ट असा वेष. शाम्या आत आला. मी त्याच्याकडं बघितलं नि खो खो हसायला सुरुवात केली. शाम्याला कळेल काय झालं ते शाम्या माझ्याजवळ आला ''का रे, दात काढतोस?'' या वेळपर्यंत त्याच्याकडे पाठ असलेल्या ज्ञानूनेही त्याला पाहिले नि त्यानेही आपल्या स्वरयंत्रातून चित्रविचित्र आवाज काढीत खो खो हसायला सुरुवात केली. शेवटी त्याचे डोके टेबलाच्या कडेवर आपटले नि हसण्यामुळे आणि वेदनेनेही त्याच्या डोळ्यातून घळाघळा पाणी वाहू लागले. शाम्याने त्यालाही दोनचार जबरदस्त शिव्या हासडल्या.

''हॉ हॉऽऽहॉ, आय हा हा...''

''अरे झालं काय?'' शाम्या खेकसला.

''तू हे काय घातलंयस?''

''का, जीन आहे की! आमच्याकडं ते अमेरिकन हिप्पी जोडपं आलं होतं त्यांनी दिली!''

''आणि चतु:शृंगीच्या जत्रेत जा म्हणून सांगितलं नाही वाटतं?''

''व्हॉट डू यू मीन?'' शाम्याला आपलं काही चुकतंय का काय असं वाटत असावं. तरीही तो जोरात म्हणाला, ''तुम्ही साले हो आमच्यावर जळताय!''

''माझं काहीही म्हणणं नाही, घनशाम्या तू हीच जीन घालून गावभर मिरव!''

''का झालं काय?''

''तो गुडघ्यावर पॅच आणि स्टिकर आहे तसं दुसऱ्या गुडघ्यावरही लाव माय ब्रेन इज हिअर!'' असं ज्ञानू म्हणाला.

''मेरा मेंदू घुटनेमे है!'' मी राष्ट्रभाषेत शाम्याला समजावले. त्याचे इंग्लिश जरा

बेताचेच होते.

“अरे पण का?”

“शाम्या तुला खासगीत म्हणून विचारतो, तू ही जीन समजून उमजून घातलीस?”

“ऑफकोर्स!” शाम्या छातीवर हात मारीत म्हणाला.

“त्या स्टिकरवर काय लिहिलंय? त्याचा अर्थ कळतोय का तुला?”

“हो, मी नियमितपणे गोळ्या घेतो, आय रेग्युलरली टेक पिल्स!”

“कसल्या गोळ्या?”

“कुठल्यातरी मेडिकल कंपनीची ही जाहिरात असणार, अमेरिकेला लेका काहीही करतात!’

“अरे गाढवा! पिल्स म्हणजे संतती नियमनाच्या गोळ्या, कळलं?’

“हॅ! काहीही पिळतोस का काय?”

“असं! त्या जीनला पोस्टाचं पाकीट आहे का?”

शाम्या विचारात पडला होता. “नाही, च्यायला, साईडला झिप चेन आहे!”

“याचा अर्थ ती लेडीज जीन आहे! लेका, त्या अडीचशे पौंडी, सव्वासहा फुटी अमेरिकनाची जीन तुला कधीतरी झाली असती काय?”

“पण ही लेडीज कशावरून?”

“आमच्या शीलाबाई जीन्स वापरतात! त्या शिंप्याकडून आणायला मीच जातो ना!”

शाम्या खुर्चीवर बसला नि एका दमात ग्लासभर पाणी प्यायला. दोनदा तीनदा ‘आयला’ असं म्हणाला नि उठून गेला. आधीच बायकी असलेला शाम्या त्या दिवशी भलताच बेफाट दिसत होता. आता हा प्रसंग विनोदी नव्हता काय? निदान आम्ही तरी खूप हसलो होतो तेव्हा; पण त्यामुळेच पंचाईत झाली.

मी घरी गेलो, माझ्याच. शाम्या बहुधा स्वत:च्या घरी जाऊन जीन बदलत असावा नि ज्ञानू स्वत:च्या घरी गेला. आम्ही स्वत:शीच हसत होतो. आठवून आठवून हसत होतो. मागून ज्ञानूनेही तसंच सांगितलं. ज्ञान्याने घरी गेल्या गेल्या बंड्याला नि अशोकला फोन करवून हा प्रसंग रंगवून रंगवून सांगितला असावा. कारण त्या दोघांनी मला परत फोन करून शाम्याचा पचका केल्याबद्दल माझे अभिनंदनही केले.

आजची सुट्टी सत्कारणी लागली. तीनला मला मिनीबरोबर पिक्चरला जायचं होतं. मिनीबरोबर पिक्चरला जायचं म्हणजे पीळ होतो. कारण टेक्सास – कॅन्सल! सिरियस इंग्लिश – कॅन्सल! दारासिंग? अं हं, मुळ्ळीच नको! दादा कोंडके किंवा

इतर मराठी पिक्चर? लो टेस्टचे असतात म्हणे! म्हणजे आमची आवड बोंबलली. आता राहता राहिले हिंदी बिनडोक पिक्चर! असले पिक्चर असले की मिनी एकदम खूष! म्हणजे एकतर ब्रिटिश कॉमिक किंवा हिंदी पिक्चर आमच्या नशिबी येतात.

बरं! त्यात आयडिया अशी की मिनी कॉन्वेंटमध्ये शिकलेली. त्यामुळे काही बालपणीचे जुनेच जोक झाले नि त्याला दात विचकले नाहीत तर मराठी शाळेत शिकलेल्या मला हा विनोद समजला नाही असं समजून ती मला आणि पर्यायाने सगळ्या थेटरला तो विनोद समजावून सांगते. म्हणजे पब्लिकच्या शिव्या आम्ही खायच्या! तीनचा म्हणजे साडेतीनचा पिक्चर. तोसुद्धा इंग्लिश म्हणजे पावणे चारला चालू होणार. जेवण ते सव्वातीन करायचं काय? सव्वातीनला स्कूटरला किक् मारून मिनीकडे जायचं ठरलं होतं. आता साडेअकरा वाजले. आता झोपलं तर ४-४॥ पर्यंतची निश्चिंती होती. झोपून तर चालणार नव्हतं. जागं रहायचं कसं? मग मी कॉमिक्स चाळायला सुरुवात केली. पण तीही लेकाची सगळी वाचलेली निघाली. मग मी सरळ उठलो, कपडे केले नि मिनीकडे निघालो.

मी गेलो तेव्हा मिनी नुकतीच बाहेरून येत होती. मी दिसताच तिचा चेहरा खुलला. मग ती जेवायला बसली आणि मी तिला शाम्याचा सगळा किस्सा सांगितला. तीही हसली.

नंतर आम्ही गप्पा मारत वेळ काढला. पिक्चर पाहिलं त्याची हकिकतच झाली, पण ती नंतर कधीतरी, आणि मी मिनीला तिच्या घरी सोडलं नि घरी गेलो. त्या दिवशी विशेष काही घडलं नाही. दुसऱ्या दिवशी मी बँकेत असताना अशोकचा फोन आला.

"हॅलो, मी जयू!"

"तुमने ये क्या किया यार?"

अशोक हिंदीत बोलू लागला तेसुद्धा असं, म्हणजे मामला गंभीर होता.

"का रे? काय झालं?"

"ज्ञानू मेला!"

"ऑ!"

"चक्क वारला!"

"काय आत्महत्या वगैरे केली का काय?"

माझ्या या वाक्याने फोनच्या आजूबाजूची माणसं दचकली. अरविंद उरणकरने लगेच मला, तुझी विंडो मी संभाळतो, तू कट! असं सांगितलं, अनिल गोडबोले खुणेनेच डायझोन की फास, हे विचारू लागला. मी खुणेनेच त्याला "हो! हो!" म्हटले. ऑफिसात मी वीर पुरुष ठरू पाहत होतो. तोपर्यंत पलीकडून अशोक म्हणाला, "आत्महत्या करायला काय झालंय? चांगला धडधाकट आहे; पण

ब्रह्मघोटाळा झालाय. शिवाय मिनी आणि शीला एकमेकींच्या झिंज्या उपटून त्या युल ब्रायनर सारख्या – तुम्ही हयात आहे म्हणून सोवळ्या म्हणत नाही – झाल्यात!''

मी धाडकन फोन ठेवला. या दोन बाया आमच्या मैत्रीवर आधण ओतणार होत्या. मी कसाबसा परत जागेवर येऊन बसलो. माझी ती अवस्था बघून कुणीतरी खरंच मेला असावा असं सगळ्यांना वाटलं. आपल्या खिडकीत बसून, येणाऱ्या पोरीशी बोलायचा चान्स येतोय याची खात्री उरणकरला पटली. गोविंदाने पाण्याचा ग्लास आणून पुढे ठेवला. मी पाणी प्यायलो. तिथून उठून लॅट्रीनमध्ये जाऊन चारमिनार शिलगावात परत आलो. मग दारात जाऊन दोन-चार कश पे कश मारले तेव्हा जरा बरं वाटलं. आता जे काय व्हायचं ते होऊ दे; संध्याकाळी बघू म्हणून परत जागेवर आलो नि कामाला लागलो.

ती संध्याकाळ फारच अविस्मरणीय होती. ज्ञानू उदास होऊन बसला होता. त्याचा भकास चेहरा बघून मला त्याची कीव आली. त्याच्या शरीरावर कुठेही मारपिटीचे चिन्ह नव्हते हे बघून मात्र बरे वाटले. मला उगीचच ज्ञानू खूप जखमी झाला असावा, असे वाटले होते. होय! ज्ञानू खरोखरच जखमी झाला होता. फक्त ही जखम मानसिक होती. त्याच्या हृदयाला जाऊन भिडणारी ही जखम व्हायला मी कारणीभूत ठरलो या गोष्टीचे मला दुःख होत होते.

अशोकने सर्व हकीकत सांगून संपवली. फारच राडा झाला होता. याला कारणीभूत होती मिनी. ही बायांची जात हरामखोरच असते. च्यायला! आम्ही त्या शाम्याची चेष्टा केली काय नि हे होऊन बसले काय! शाम्याचे शिव्या- शाप आम्हाला बाधले होते. शीलाने ज्ञानूला उभा फाडला होता.

त्याच दिवशी सकाळी म्हणजे शाम्याची चेष्टा वगैरे उरकून आम्ही जेव्हा पिक्चरला गेलो त्याच्या दुसऱ्या दिवशीची गोष्ट. ज्ञानू अभ्यासाला म्हणून विद्यापीठाकडे जायला निघाला होता. जाताजाता आपल्या स्फूर्तिदेवतेचे दर्शन घ्यावे म्हणून तो शीलाकडे घुसला. ती बहुधा ज्ञानू यायची वाटच बघत असावी. तिने त्याला व्यवस्थित पट्टीच लावली, पुरा मापला नि मग कोलला.

''या या या!'' हे शब्द ऐकून ज्ञान्याच्या टाळक्यात अक्कल घुसायला हवी होती; पण मनाने आंधळा झालेला माणूस तो. तो खरंच ''आलो! आलो! आलो!'' म्हणत आत घुसला.

''बस! चहा घेणार का कॉफी?''

''हॅ हॅ हॅ ऽऽ! चहा येईपर्यंत सरबतही चालेल.''

''ज्ञानू आमच्या सुधीरसाठी हे चौथीतले विनोद किती दिवस करणार?'

"बरं मग फस्क्लास सरबत दे बघू!"

"आणि काय रे, त्या शाम्याला काय सांगत होतास?"

"कोण शाम्या?"

"असं का? आता कोण शाम्या होय, माझ्या जीन धुतो असं ज्याला सांगितलंस तो शाम्या!"

"शीले, तुझा काही तरी गैरसमज होतोय गं!" ज्ञानू कळवळून बोलला.

"मग मिनी खोटं बोलतेय? चल तिच्याकडे, खुल्लम खुल्ला 'बाप दाखव नाही तर श्राद्ध घाल!' करूया!"

"पण मिनीचा यात कुठे संबंध आला?"

"ते मला ठाऊक नाही, च्यायला, सरळ इथे येऊन म्हणाली, का गं? तुझ्या ज्ञानूला एवढी अक्कल नाही? सरळ चारचौघांत तुझ्या जीनची मापं सांगतो, बरं तर बरं जीनचीच सांगितली."

"अगं 'च्यायला' काय म्हणतेस?"

"बेटर बापालासुद्धा म्हणीन, बोल तू शाम्याला माझ्या जीनची मापं का सांगितलीस?"

"म्हणजे मला खरोखरच तुझ्या जीनची मापं माहीत असल्यासारखं बोलत्येस तू, कधी अंगाला तरी हात लावू दिलायस, कर्नल पडले ना तुमचे डॅडी. च्यायला इतर पब्लिक बघा चैन करतंय!"

"तसं असलं तर तुम्हीही फुटा; पण तू जयूजवळ काय बोललास ते आधी सांग!"

ज्ञानूने सकाळी काय घडले ते सांगितले. अगदी शपथा घेऊन सांगितले. शीली त्याच्यावर विश्वास ठेवायलाच तयार नव्हती. आता या मिनीला शीलीकडे बोंब मारत जायला कुणी सांगितलं होतं?

आम्ही तिघे काय करावं, याचा विचार करू लागलो. आधी शीली असं वेडंवाकडं बोलेल यावर आमचा विश्वासच नव्हता; पण मध्येच अशोक बोलला, "नाही रे! कालच बसमध्ये पाय लागला म्हणून एका मुलीला म्हटलं सॉरी, तर ती मला म्हणते- 'पयले कायको झक मारी!' अरे पी.डी. ला असताना मी एकदा गल्लीत कुणाला तरी असं बोललो, तर बाबांनी कान धरून कसबा गणपतीपुढे जाऊन पुन्हा असं म्हणणार नाही असं एकवीस वेळा म्हणायला लावलं!"

"म्हणजे पयले कायकु झक मारी असं मी म्हणणार नाही, असं?"

"नाही रे! बाबा तसे चतुर, अपशब्द बोलणार, उच्चारणार नाही असं!"

"ए भाऊ! तुझा का इतिहास ऐकायला बसलोय इथं! बरं तरुण पिढी बिघडलीय, बिघडत्ये हे सगळ्यांना मान्य आहे, मिनी नाही शीलीला, त्या सालीला

काय अक्कल आसं म्हणत?''

"असं म्हणाली?''

"आसं नाही, असं!''

"विषय पालटू नकोस. नि तूसुद्धा 'आसंच' म्हणलास.''

"ते बोली भाषेतलं!''

"म्हणजे तू लेका तेंडुलकरच दिसतोय. लोकांनी अनुवाद केला की खर्डेघाशी, नि स्वत: अनुवाद केला की अनुभवांचा प्रामाणिकपणा? वा रे चोरा! तू अशुद्ध बोललास की ती बोलीभाषा कलोक्वियल झाली नि आमच्या तू चुका काढणार? वा रे वा!''

"ए बाबांनो, अरे इथे तुम्ही लाइन बदललीत, तुमच्या प्रेयस्या तिकडे एकमेकींच्या उरावर बसल्यात नि तुम्ही इथे अनुभवांच्या प्रामाणिकपणावर झगडताय? त्यापेक्षा त्यांची समजूत काढा! अशोकने डोस पाजायचा चान्स साधून घेतला.''

'काय करावं?' हा गहन प्रश्न होता. ते सगळ्यांनाच मान्य होतं. या मुद्द्यावर तीन तीन बिड्या फुंकून झाल्या. शेवटी अशोकला कंठ फुटला. "मी एक सजेशन करू का?''

"थांब ना, मी सजेशन बॉक्स आणतो!''

"तू गप रे ज्ञान्या, बोलतोय तर बोलू देत! हं! तू बोलत राहा माझ्या मिठू! तू बोलत राहा!''

"तुम्ही त्या दोघींना झापत का नाही, समोरासमोर आणून!''

"च्यायला! आता की रे बरा होता हा!''

"त्यांचे बाप कर्नल आहेत कर्नल!''

"छोड बे! शेवटी सासऱ्याला जावयापुढं नमावंच लागतं! मी जर तुमच्या जागी असतो ना तर मस्त फायर केला असता!''

"जावई व्हायचंय?''

"तेच तर सांगतोय! मिनीची धाकटी बहीण कावेरी, तिच्याशी तेवढं जमवायचं बघा!''

हा आम्हाला धक्का होता, अशोकला आम्ही सरळ समजत होतो. फार पापभीरू वाटायचा तो; आणि कावेरी म्हणजे मिनी व शीली एकत्र घोटून त्यांची तांब्याचा पैसा टाकून थंडाई केली, तर कमी चढेल अशी पोरगी.

"बाळ अशोक, तू या जगाला, या सुखी जगाला इतक्या लवकर विटलास का रे?''

"तुम्ही कमकुवत मनाची माणसं आहात, माझं जमवून द्या. सगळे कर्नल रांगेत उभे करतो तुमच्यासमोर!''

"पण यात आमचा प्रश्न कुठे मिटला?"

"तेच तर सांगतोय ना! शीलीला मदत कर अशी विनंती करा. ती लगेच मिनीशी गोडीत येईल. बरं, मी शीलाचा मावसभाऊ! त्यामुळे मिनी म्हणेल हा बरा सापडला आणि शीली भावासाठी एवढं करेलच!'

अशोक हा माणूस खरा फ्रॉइडच व्हायचा, चुकून अशोक झाला. आम्ही दोघांनी शीलीली जाऊन सांगितलं की, आपली भांडणं मागून मिटवू, आधी अशोकचं जमव! नि ती मिनीकडे गेली. दोघी हातात हात घालून संध्याकाळी माझ्या रूमवर हसत-खिदळत आल्या आणि अशोकने मला डोळा मारला. 'बघ! मी म्हटलं नव्हतं!' म्हणून!

आम्ही सगळे मग पाणीपुरी खायला गेलो. एकूण काय, आम्ही सगळे लटकलो होतो. कारण शीली आणि मिनी या दोघी एकत्र आल्या तर अशोकचं कावेरीशीच काय झीनत अमान किंवा नितू सिंगशीसुद्धा जमवून देतील याची आम्हाला खात्री होती. पण सध्या तरी अशोक कावेरीलाच तूच माझी नितू सिंग, परवीन बाबी, झीनत अमान वगैरे वगैरे म्हणत होता.

आणि मग आम्ही सर्व बऱ्याच दिवसांनी चिडचिड न करता त्या दिवशी पिक्चरला गेलो.

■

आमचा ज्ञानेश्वर!

आम्ही तोंडं वेडीवाकडी करून वैशालीत बसलो होतो. आश्चर्याची गोष्ट म्हणजे– कुणाच्या हातात सिगारेट नव्हती. 'संभवामि युगे युगे' असा हा क्षण! एक वेळ कॅलेंडरमधला कृष्ण बासरी किंवा सुदर्शनचक्र विसरेल; पण आम्ही बिडी विसरणार नाही असा अलिखित पण! पण आज हा मोडला गेला होता. बंड्याला आनंदाच्या उकळ्या फुटत होत्या. कारण तो नॉन बिडर म्हणजे बिडी न ओढणारा; पण आम्ही बाकी तिघे अस्वस्थ झालो होतो.

इतके दिवस आम्ही चौघेच असायचो. आमचा इतिहास तुम्हाला माहीत आहेच; पण आमच्यात ज्ञानेश्वर कुलकर्णी घुसला नि वाताहात झाली. कधी नव्हे ती बायको (मिनी साखोळकर आठवत्ये? कर्नल साखोळकराची पोरगी, लई फॉरवर्ड होती बघा! तीच ती!) मिळायचा मला चान्स आला होता तोही या गधड्याने माझ्या तोंडून हिरावून नेला होता. त्यातल्या त्यात समाधानाची गोष्ट एवढीच, की त्याचीही त्यात विकेट पडली होती. तोही फाफलत परत आला होता. पण त्याच्या होऊ घातलेल्या कलत्राने त्याला सरळ सरळ तुझा नि माझा संबंध संपला, असे म्हटले. एवढेच नव्हे, तर त्याच्या खिशातून काडीपेटी काढली, त्यातून एक काडी घेतली नि ती मोडून टाकली. नंतर घरातून एक माठ आणून तोही फोडून लग्न न करताच घटस्फोट घेतला (झकास पिळलंय का नाही? मी पिळायला लागलो की माझी तुलना आकाशवाणीच्या मराठी कॉमेंट्रीशीच फक्त होऊ शकते असं जाणकार म्हणतात) एकून काय ज्ञानेश्वर कुलकर्णी या भानगडीतून मुक्त होऊन वासुगिरी करायला मोकळा झाला होता; पण माझी अवस्था त्रिशंकूसारखी लटकती होती. मिनी साखोळकर ही जगदंबा आपल्यासमोर बळी म्हणून आलेल्या धनंजय पाषाणकर या बोकडाचा बळीही घेत नव्हती की "जा! वत्सा तुजप्रत अभयदान असो!" म्हणून सुटकाही करत नव्हती. माझ्या पँटच्या सीटवर चपलेचा ठसा तरी उमटावा किंवा

ओठावर लिपस्टिकचा तरी! अशी मी तिची प्रार्थना केली, तर ती छद्मी का काय म्हणतात तसं म्हणजे पूर्वीच्या काळी प्राण किंवा आजकाल प्रेम चोप्रा हसतो तशी ती हसली होती. तिच्या जबरीने माझ्या डोळ्याला झापडं बसली होती. सॉरी! जरबीने! जबरीने म्हटले तरी विशेष बिघडणार नाही म्हणा. ती माझ्या मागोमाग किंवा पुढे पुढे हिंडायची. माझ्यावर नजर ठेवायची, मी जरा इकडे-तिकडे बघितलं तर फायर ब्रिगेडच्या बंबासारखी ठणाणा करायची आणि जवळ गेलो तर द्यूतात हरल्यावर दु:शासन जवळ आल्यानंतर द्रौपदीने काय आक्रोश केला असेल असा अभिनय करायची. फक्त मी दु:शासनी कृत्य मात्र कधीच केले नव्हते. अशा अशांत परिस्थितीत आम्ही असतानाच एक दिवस काय झलं, कुणीतरी गाढवासारखी या ज्ञानू कुलकर्ण्याशी पैज मारली. "तेराव्या शतकात ज्ञानेश्वर कुलकर्ण्याने वयाच्या सोळाव्या वर्षी ज्ञानेश्वरी लिहिली नि तू लेका, भसाभसा बिड्या फुकतोस; पण एक कविता करता येऊ नये?"

"जास्त बोलायचं कारण नाही, ती कविता मी केली होती!"

"उद्या म्हणशील ज्ञानेश्वरी मीच लिहिली!"

"त्याआधी याला अजून दोन भावंडं व्हायला हवीत! याच्या आई-बापांनी डोहात उडी मारायला हवी! समाजाने याना वाळत टाकायला हवे!"

"कशावर? गरवारे नॉयलॉनच्या दोरीवर?"

"तू गप! आणि वेडवाकडं बोलू नका, तुम्ही इथे माझ्या आई-बापाबरोबर ज्ञानेश्वरांचासुद्धा अपमान करताय!"

"खुळा आहेस काय? तो माणूस इतका थोर होता. लेका, स्थितप्रज्ञाची लक्षणे सांगणारा नि गीतेचं– किंबहुना मराठीतलं पहिलं गाईड लिहिलेला माणूस आमच्यासारख्या चिलटाकडे लक्षच देत नाही!"

"आम्ही काय म्हणतोय की, ज्ञानेश्वर आयुष्यभर निव्यर्सनी होते. त्यांनी ज्या वयात ज्ञानेश्वरी लिहिली त्या वयात तू बिड्या फुंकतोस नि त्यांचं नाव लावतोस, लेका खरा असशील तर बिडी सोडशील!"

"ते जमणार नसेल तर चहा पाज!"

"समजा मी बिडी सोडली, तर तुम्ही काय करणार?"

"तू एक दिवस बिडी सोडलीस, तर ही मंडळी सात दिवस बिडी सोडतील. तुझ्या प्रत्येक दिवसाला त्यांचे सात दिवस! नॉन बिडर बंड्या बोलला आणि ज्ञानू बिडी ओढणार नाही असा एकही दिवस जाणे शक्य नाही याची खात्री पटल्यामुळे आम्ही तिघे गाढवासारखे हो म्हणून बसलो.

धिस पैज वॉज टू स्टार्ट टुमारो अँड द ग्रेट ज्ञानू टुमारोला आजारी पडला. एक नाही दोन नाही, तर चांगले तीन दिवस.

सात त्रिक किती?

एकवीस!

तीन दिवस ज्ञानू कुलकर्ण्याने सिग्रेट ओढली नाही. तो घरात झोपून होता. म्हणजे एकवीस दिवस पैजेप्रमाणे आम्ही बिडी फुकणे नव्हते. यावर बऱ्यापैकी आर्ग्युमेंट्स झाली पण 'मी मुद्दामहून थोडाच आजारी पडलो? नि मी आजारी पडणार हे ठाऊक होते तर मग तसं तुम्ही पैजेत का म्हणाला नाही?' हे आर्ग्युमेंट बंड्याच्या लवादाने मान्य केले. बंड्याला त्याने कोंबडी चारली असावी. "बरं तर बरं! तीनच दिवसांत बरा झालो, लोक हो! मला टायफॉइड झाला असता तर तुम्ही काय करणार होता?" या प्रश्नावरही आमच्याकडे उत्तर नसल्यामुळे आम्ही तीन सप्ताह बिडी ओढणे बंद केले. ज्या दिवशी बिडी ओढली जाईल त्या दिवसाची पेनल्टी आणखी तीन दिवस. अत्यंत उदारपणे आजारपणाची मदत आम्हाला मान्य करण्यात आली होती.

म्हणूनच आम्ही चौघे खरं म्हणजे तिघेच पण आम्ही तिघे मूडमध्ये नव्हतो म्हणून बंड्याही सुतकी चेहेरे करून बसलो होतो. कुणीही चहाची ऑर्डर द्यायला तयार नव्हता. इतक्यात चिरुटाचा धूर नाकात शिरला. सरकारी केंद्रातून, महिनाभर आता काही करू नका असं डॉक्टरनी सांगितल्यावर, हातात नवा कोरा ट्रांझिस्टर घेऊन बाहेर पडणाऱ्या माणसाला नितूसिंग किंवा परवीन बाबीने, 'चला! फक्त तुम्ही नि मी स्वित्झर्लंड– फॉर दॅट मॅटर कुठेही चार भिंती व बंद दरवाज्याआड जाऊ' असं म्हटल्यावर त्याचं काय होईल, तसं चिरूट ओढणाऱ्या ज्ञानू कुलकर्ण्याला बघून आम्हाला वाटलं.

"चर्चिल स्पेशल, कसला भन्नाट चिरूट आहे; काय सुरेख वास आहे! पुन्हा जाफरानी खायला नको! मल्टीपरपज् आहे बघ!"

"तुझ्या आयला..." तीन मुखे एक मुखाने बोलली. बंड्या मात्र जिवात जीव आल्यागत हसला. त्याचे वडा-सांबार तरी आता नक्कीच सुटणार होते. मिशा पिळत पिळत तो ज्ञानूकडे पाहू लागला.

"धन्नो, तुझ्याकडं एक छोटं काम आहे. करशील?" आवाजात मार्दव आणत त्याने विचारले.

"कामाचे स्वरूप कळू देत!" मी त्याला म्हटले. घारूने मला थांबवले; "काय असेल ते विचार करून बोल! कवचकुंडले काढलेल्या कर्णासारखी आपल्या निकोटीनविरहीत बुद्धीची अवस्था आहे!" अशोक अत्यंत वाईट नजरेने एकटक त्या चिरुटाकडे बघत होता.

"तुला रजनी माहीत आहे?"

सगळ्यांनी कान टवकारले. कुणीच काही बोलले नाही. "ती रे! जवळगेकरांची

रजनी, S.Y. ला आहे ती!''

"तिचं काय?'' अशोकने विचारले.

"का रे? तुला येवढं एक्साइट व्हायला काय झालं?''

"काही नाही, तुझं नि तिचं लफडं जमवून देतो; पण ही सिगारेटबंदी दूर करा!''

"डन! एकदम मान्य! तुमने प्रश्न के गड्डेकोच हात डाल्या!''

"ज्ञान्या, लेका एवढा भानगडी केलेला पुराणपुरुष तू, नि आमची मदत मागतोस?''

"त्याचं काय आहे!'' ज्ञानू खूप खासगी आवाजात म्हणाला "शी इज फ्रेंड ऑफ शीला!''

"ओह! बट व्हॉट डिफरन्स डज इट मेक!''

"डिफरन्स? शीला तिला माझ्याबद्दल इतकं वेडंवाकडं सांगेल की बोलायची सोय नाही, शी इज व्हिशस ॲज हेल!''

"म्हणजे तुला आता शीलात (ही कोटी नव्हे, दीड कोटी तर नव्हेच नव्हे!) इंटरेस्ट नाही म्हण की!''

"ऑफ कोर्स नॉट!''

"मग आपल्या घारूचं जमत असेल तर जमू देत का?''

"गो अहेड, बट डेंजर अहेड, मी तुला वॉर्न करतोय! एकाऐवजी दोन कवट्या नि चार हाडं लावून!''

"ओके! तू आपलं, रजनीचं नि तुझं कुठपर्यंत आलंय त्याची प्रोसिडिंग्ज सांग!''

"त्याचं काय झालं?''

"काय झालं?''

"तो हा माहितीय का आपला?''

"नाही! कसा माहीत असणार!''

"थांब रे! चेष्टा करू नका! आपल्या बिडीचा प्रश्न आहे, नीट ऐकून घ्या!''

"तर त्याच्याकडे त्याने मला टीव्ही पाहायला बोलावलं होतं, मी आपला पत्ता शोधत शोधत तिथे पोचलो नि बेल वाजवली तर दारात ही मुलगी. आपण कॉलेजात असताना ती मला बरी वाटायची. पण शीलाचं नि आमचं गुफ्तगू चालत होतं म्हणून आम्ही लक्ष दिलेलं नाही नि आता एमे करण्यामुळे तिचं पुढं काय झालं हे कळलं नव्हतं.''

"तिनं दार उघडलं, मला बघितलं नि धडकन दार लावून घेतलं. मग मी दुसऱ्या घरावरची बेल वाजवली की बाबा नक्की आपला मित्र कुठे रहातो हे कळावं! हे जे दुसरं दार उघडलं ते आमच्या मित्राने, मग मी आत गेलो नि घडलेली हकीकत

सांगितली, तर वहिनी म्हणाल्या की कुणीतरी अनोळखी माणूस तिला पत्रे वगैरे पाठवतो, फोन करतो तो तुम्हीच की काय, असा तिला संशय आला असावा.''

''माझं चुकलं काय, की मी लगेच आमच्या वहिनीला सांगून तो गैरसमज दूर करून घ्यायला हवा होता; पण तेवढ्यात टीव्ही सुरू झाला नि ते तसंच राहिलं. पण आपला तर गड्यांनो त्या पोरीवर जीव बसलाय. कसंही करून ती पोरगी आपल्याला मिळायलाच हवी!'' ज्ञानूच्या चेहऱ्यावर खरोखरची वेदना का काय म्हणतात ते होते. आम्हालापण त्याची कीव आल्याशिवाय राह्यलं नाही.

मग आमचे प्लॅन सुरू झाले. तिच्यावर गुंडांनी हल्ला करून ज्ञानूने तिला वाचवायचा प्लॅन इतका वापरून वापरून चोथा झालेला होता की तो पहिल्यांदाच कटाप करून मग चर्चा सुरू झाली. मग प्रत्येक जण असं केलं तर असं म्हणे आणि मग गप्प बसे. ज्ञानूला आमचा प्रश्न लक्षात आला. आमची बुद्धी चालायची तर त्याला बूस्टर म्हणून काही तरी हवं. संध्याकाळधरनं बिडीकाडी न्हाय तर बुद्धी चालायची कशी हो! पण त्याचा नाइलाज होता नि आम्हालाही अशी दया नको होती. अशोक त्याला म्हणाला, ''तू ते चिरुटाचं नाटक फेक! टाळकं फिरतं!'' त्याने चिरूट विझवला मग आम्हाला खायला घातलं, चहा पाजला नि आम्ही बनारस-किमाम-पत्ती-कत्री सुपारी १२०/३२ सकट खाल्लं! बंड्याला खरं म्हणजे हा प्रॉब्लेम नव्हता; पण बंड्या आमचा डिफेन्स मिनिस्टर होता. तो फक्त योजनेतले दोष काढत असे. किमाम जाफरानी खाल्ल्यावर आम्ही फुटलो.

हा प्रॉब्लेम इतक्या अनपेक्षित सुटला की ज्याचं नाव ते. त्या दिवशी संध्याकाळी आम्ही या प्रश्नावर दीर्घकाळ चर्चा केली. यातून दोन मार्ग होते. एक म्हणजे या दोघांची जान पेहचान करून देणे, दुसरा म्हणजे ज्ञानूच्या मनातून रजनीला काट मारणे. दोन्ही गोष्टी सारख्याच अवघड होत्या.

दुसऱ्या दिवशी घारू सकाळीच बंडूकडे गेला. त्याला जबलपूरला नोकरीला जॉईन व्हायची ऑर्डर आली होती नि तो ती ॲक्सेप्ट करीत होता. पुढच्या सोमवारी तो जाणारसुद्धा होता. त्याने मंगळवारी म्हणजे उद्याच घरी सगळ्यांना जेवायला बोलावलं होतं. त्यात त्याने शीलालासुद्धा आमंत्रण दिलं होतं. शीला म्हणाली, रात्री उशिरा यायचं तर मला घरनं परवानगी मिळणार नाही.

''मग तू एखाद्या मैत्रिणीला आण! ती रजनी का कोण आहे ती!''

''का रे? अगदी तिचं नाव घेऊन सांगतोयस!''

''ज्ञानूला तिच्यात इंटरेस्ट निर्माण झालाय!''

''मग अडलंय माझं खेटर!''

''बी अ स्पोर्ट!''

"डोंट बी अ फूल!"

"म्हणजे तुला अजूनही ज्ञानूत इंटरेस्ट आहे तर!"

"ऑफकोर्स, तुला काय वाटलं?"

"मग ते, तू खड्ड्यात जा! वगैरे? आणि शीला मी तुला कशासाठी बोलवायचं मग?"

"म्हणजे?"

"वाघाचे पंजे! कुत्र्याचे कान!"

"ओह! मग मी येते, मीनी येत्ये?"

"त्याच्याशी तुला काय करायचंय?"

पण एकूण काय! ती रजनीला घेऊन यायला तयार झाली. घारूने याची आम्हाला कल्पनाच दिली नाही. आम्ही आपले लॉर्ड फॉकलंडसारखे डुलत डुलत बिड्या मारत घारूकडे निघालो. घारूच्या घराकडे जायला त्याच्या रस्त्याला वळलो नि समोर तीन मुली चालल्या होत्या. एकाएकी मी कपाळावर हात मारून घेतला. समोर मीनी नि तिच्याबरोबर शीला नि एक अनोळखी मुलगी. पण तरीही या बालगंधर्वला वडा खायला चालल्या असतील असं आम्हाला वाटलं. तेवढ्यात त्या मुलींनी मागे बघितलं. ती त्या दोघींना काहीतरी बोलली. ज्ञानू त्याच वेळेस 'रजनी' असं म्हणाला, तोपर्यंत समोरच्या तिघी मागे वळून पाहायला लागल्या नि शीला घाईघाईने आमच्या दिशेने येत असताना दिसली.

"मेलो, च्यायला, धरतीमाते मला पोटात घे!" ज्ञानू.

"कारे, ए शेंबड्या, आधी पोरींच्या मागे लागताना लाज नाही वाटली? तिला पत्र लिहितोस, तिच्या घरचे दरवाजे ठोठावतोस तेव्हा तुला कोण पोटात घेतं रे?" दम लागून धाप टाकायला लागल्यामुळे शीला थांबली.

"शीला! तुझी काहीतरी चूक होतेय!" मी.

"चूकभूल देणे घेणे!" बंडू.

"आमच्या भानगडीत तुम्ही पडू नका!"

हा वेळपर्यंत ज्ञानू सावरला. "आमच्या? तुझा नि माझा संबंध काय? हे माझे मित्र आहेत नि हे माझ्या बाजूने बोलणारच!"

"हा, हा पाषाण तुला काय जन्मभर मदतीस येणार आहे काय?"

"शीले, तुला काय बोलायचं ते तू तुझ्या ठोंब्याला बोल! माझ्या जयूच्या नावाने ओरडायचं काम नाही!" हा वेळपर्यंत रस्त्यात माणसं जमू लागली होती. आम्ही या मुलींची काहीतरी छेड काढली असावी असा त्यांचा समज झाला असावा. त्यातले काहीजण बाह्या सावरू लागले. रजनी कावरीबावरी होऊन म्हणाली –

"मी बाई घरी जाते!"

बंड्याने ही निसटती संधी पकडली.

"अहो चाल्ला कुठं?"

"कशाळकरांची पार्टी आहे!"

"मग चला, चला रे उशीर होतोय!"

मग मला मिनीने धरले, ज्ञानू व शीला हे एकमेकांकडे मारक्या म्हशीसारखे बघत धुसफुसत निघाले. बंड्या रजनीचा सांभळ करीत होता.

जमलेले लोक अत्यंत निराश होऊन पांगले. त्यांच्या दिशेने बघून शीला "हलकट मेले!" असं म्हणाली, नंतर ती ज्ञानूस पिळू लागली.

थोडक्यात म्हणजे तिने ज्ञानूस सरळ केला. बंड्याला रजनी लवकरच खिशात घालील, मिनी बरीच सरळ आली. रजनीचा ज्ञानूबद्दलचा गैरसमज दूर झाला. घारू जबलपूरला निघून गेला. ज्ञानूने आम्हाला बिडी ओढायला परवानगी दिली. सगळं कसं झकास चाललं होतं.

नि एक दिवस ज्ञानू परत चेहरा पाडून आला.

"का रे काय झालं?"

"शीला म्हणते, मी रजनीला पत्रं लिहिली!"

"मग?"

"ती भयंकर खवळली!"

"तिला हस्ताक्षराची तुलना करायला सांग ना."

"ती ऐकायला तयार नाही. शीला नि मिनी रजनीला घेऊन आमच्याकडे आल्या नि आमच्या आईसमोर हे सगळं झालं, तर च्यायला आईने मला 'माता न तू वैरिणी.' हे गाणं म्हणायची पाळी आणली!" मामला गंभीर होता. त्यात मिनी होती नि रजनीही होती. बंडूचा चेहरा नि मिशा पडल्या.

"पण झालं तरी काय?"

"आमच्या मातोश्री उवाच,

'हे, त्यात काय, एवढे स्वत:ला हुशार समजता. आम्हाला न विचारता लग्न जमवता तर तुम्हाला तो पत्र लिहिणारा माणूस शोधता येईना होय! सरळ त्याला कान धरून हजर करा! की काम झालं!' "

"मग?"

"मग काय, आपण मेलो. त्या तिघींनी तो माणूस शोधा असं फर्मान काढलंय, झालं बोंबललो आपण!"

हे मात्र खरं होतं. आता हा माणूस शोधणार तरी कसा. आम्ही चहा अर्धवट ठेवला नि संन्यास घेऊन हिमालयात जायचा विचार करू लागलो.

■

एका महादेवाची कृपा

घारू जबलपूरला गेला होता. रजनीला वेडीवाकडी पत्रे लिहिणारा माणूस कोण, हे शोधायचे काम आमच्यावर येऊन पडले.

माझी भावी वधू मिनी, ज्ञानूची भावी वधू शीला यांची खुन्नस होती. याला पाहिजे तर चौरंगी खुन्नस म्हणा. कारण मी आणि ज्ञानू मित्र असलो तरी शीला-मिनी याचं बरं नव्हतं. आमचे नि आमच्या भावी कलत्रांचे संबंध ताणलेले तर होतेच; पण शीला मला नि मिनी ज्ञानूला शिवीगाळ करत असे.

यात घारूच्या पार्टीच्या वेळी बंडू नि रजनीचे जुळले आणि आम्हा मित्रांवर आणखीन एक आफत आली. ती म्हणजे पूर्वी म्हणे रजनीच्या मागे कुणी तरी एक माणूस लागला होता. तो तिचा पाठलाग करीत असे. तिला पत्र लिहित असे. वेळी-अवेळी फोनही करीत असे.

बरं यात आयडियाची कल्पना अशी, की आमचे म्हणजे माझे नि ज्ञानूचे सासरे हे खाकी, कर्नलसाहेब. (निवृत्त) पण अजून गुर्मी उतरली नव्हती. रजनीचे बाबा गरीब बिचारे प्रोफेसर. तेसुद्धा दूरगावी राहणारे. ती आणि तिची आई व धाकटा भाऊ एवढीच माणसं इथं राहत होती. त्यामुळे त्यांना काही हा नस्ते उपद्व्याप करणारा गुंड शोधून त्याला ठोकणे शक्य नव्हते.

अशा परिस्थितीत ही कामगिरी आमच्यावर येऊन पडली. तेव्हा एक दिवस आम्ही पुण्यातून पळ काढायचा असं ठरवलं. आधी हिमालयात जायचं असं ठरत होतं; पण रजा मिळणार ८ दिवस. त्यात जाणार कधी? अशा परिस्थितीत वैशालीत विचार करीत बसण्यापलीकडे आम्ही काहीच करू शकत नव्हतो.

ऑफिसला जायचं, परत यायचं, या पोरींचं तोंड चुकवायचं त्यामुळे वैशालीही कटाप! मग आम्ही पॅलेसला बसलो. अशोक आमची टिंगल करीत होता. एवढ्यात समोरून भालू आला. भालू बऱ्याच दिवसांनी दिसत होता.

"काय रे? कुठे असतोस? बस, चहा पी!" वगैरे झाले. त्यातून आम्हाला असे कळले, की हा ब्रँचर (शाखेतला) तरुण चक्क एमेस्सी जिऑलॉजी होऊन 'वेळास' नावाच्या गावी बॉक्साइटच्या खाणीवर होता. "च्यायला! तुमची चैन असते, तुम्ही तिथले राजे, काय?" वगैरे संवाद झाले नि हिमालयाच्या प्रार्थनेला सह्याद्री धावला. आम्ही वेळासला जायचे ठरले. एस.टी.चा प्रवास या विषयावर जास्त काही न बोलणेच बरे! बरं याउपर कुणाला यातली मौजमजा ऐकायची असेल तर त्याने कुठल्याही वर्तमानपत्रात छापून येणारी वाचकांची पत्रे वाचवीत.

गोरेगाव नावाच्या बसस्थानकावर गाडी थांबली. इथे उतरून गाडी बदलायची होती. सकाळी साडेपाचची एस.टी. पावणेसहाला सुटलेली. वाटेत लोणावळ्याला बटाटेवडा पोटात गेलेला. गोरेगावला मंडळींनी डिंकाचे लाडू खाल्ले. बसल्या बसल्या सहप्रवाशांची चौकशी चालू झाली आणि वेळास या नावची दोन गावं आहेत हे मला समजलं.

"तुम्ही कुठल्या वेळासला जाणार?"

या प्रश्नाला माझ्याजवळ उत्तर नव्हतं. तेवढ्यात अशोकला आठवलं. आम्हाला मुंबई-दिघी गाडी धरायची होती. मग आम्हाला भरणावेळास नावाच्या गावाला जायचं हे कळलं. आम्ही वेळासमध्ये उतरलो. तिथून भरण्याच्या मायनिंग कँपमध्ये पोचेपर्यंत वारलो आणि भालू म्हणाला की, ती एस.टी. इथेच खाली थांबते. आम्ही या वेळपर्यंत इतके दमलो होतो, की भालू काय किंवा एस.टी. काय, कुणालाच शिव्या देण्याचे त्राण आमच्यात उरले नव्हते.

इथेच आम्हाला महादेव भेटला. महादेव हा फार थोर माणूस. कधी शाळेत गेलेला नाही; पण लिहाय-वाचायला शिकलेला. 'तिच्यायला' म्हणून वाक्याची सुरुवात करून फुल्या फुल्या वाक्यात घालून बोलणाऱ्या या माणसाच्या डोक्यात बिरबलाची अक्कल भरलेली होती. त्याने आम्हाला जेवायला घातलं तेव्हा आम्हाला ही कल्पना नव्हती. महादेव समुद्रावर राहणारा, नावाचा पाटील. म्हावरा नि समुद्राची हवा हा त्याचा मुख्य आहार. त्याला उचापती फार. एक-दोन दिवसांतच महादेवाने आमचा विश्वास संपादन केला.

महादेवाच्या वाघा-डुकराच्या गप्पा; वेळास गावात विमान उतरल्याची हकीकत ही त्याच्या तोंडूनच ऐकायला हवी. अतिशय वास्तववादी माणूस आहे हा.

त्या दिवशी भालूने आम्हाला इथे येण्याचे कारण विचारले. आम्हीही त्याला परिस्थितीचे गांभीर्य लक्षात येईल अशा बेताने सर्व विषद करून सांगितले. या वेळेस महादू जवळच उभा होता. सगळं शांतपणे ऐकून झाल्यावर महादू म्हणाला–

"सायऽऽब!"

"काय रे!"

“लई सोपा हाय!”

“काय सोपा हाय?”

“हे असला गोठाळा तुम्ही उगीच लांबवलाव!”

“असं?”

“दोन-दोन लाथा घाला, सरळ येतांव सायऽऽब! या पोरीन्ला जास्त डोक्यावर घेऊन कामाचा नाय!”

“महादेव, आमच्या मनात का हे येत नाही? पण ते शक्य नाही. आम्ही त्यांना लाथा घातल्या तर त्यांचे बाप आमचा खिमा करतील, कर्नल आहेत कर्नल!” कर्नल म्हंजे मिल्ट्रीतला ऑफिसर हे कळल्यावर महादेवाने आपली विधायक सूचना नाइलाजस्तव मागे घेतली. नंतर थोडा वेळ शांततेत गेला.

“सायऽऽब! एक सांगू काय?”

आज महादेवाने फस्क्लास म्हावरा खायला दिला होता, उद्या तो होले धरणार होता. त्यामुळे महादेव जे काही बोलेल ते ऐकायची आपली तयारी होती.

“सांग!”

“सायऽऽब! सोपा हा हा ऽऽ य !”

“काय सोपं आहे?”

“हा तुमचा लफडा साला!”

“त्यात सोपं काय आहे. तो सोपा असता तर तुला भेटायला बोंबलत एस्टीची धूळ खात इथं कशाला आलो असतो?”

“मुकंद्राव म्हणतात प्रत्येक प्रश्नाला उत्तर ठेवलेलाच असतो.”

मुकंद्राव म्हणजे मुकुंदराव, हे महादेवाचे देव. कुठलीही गोष्ट पटवून द्यायची असेल, तर महादू मुकंद्रावाचा हवाला द्यायचा, आमच्या भालूचे हे साहेब.

“ठीक आहे, मग तू आमच्या प्रश्नाचा उत्तर देस!”

त्याचा काय आहे साहेब, तुम्ही असा का न्हाई करत? आपल्या एकाद्या दोस्ताला मी लिवलंय म्हणून कबूल करायला सांगायचा!

“आणि त्याच्यावर खटला झाला तर?”

“खटला नाही होणार साहेब, साला बाईचे पाय धरायला लावायचा. नाहीतर शोधा असं म्हणलाव, धरून आण असं कुठे म्हणालाव, बंदाबस्त केला म्हणून सांगावा का न्हाई!”

हा एक पॉइंट होताच; पण जो खरोखर लिहिणारा होता त्याने पुन्हा लिहिले तर? हा प्रश्न होताच.

आम्ही आमची शंका महादेवाला सांगितली; पण त्याने ती ऐकली नसावी. तो झोपडीबाहेर एक वाघ ३० दिवस सतत कसा येऊन बसत होता ते सांगत होता.

"खोटा नाय सांगत, सायब, माझा करगोटा गुडघ्यापर्यंत खाली सरकायचा. साला वाघ भलताच फुल्याफुल्या. रोज इथं यायचा, मग आम्ही बोर्लीला निरोप पाठविला नि बरकंदार आला. तो असा इथं आला तर समोर वाघ! नि हा इथं असा गोली ढ्यॅवकन् घातलान्! नि मेला होता तरी पुन्हा घातलान मग मीनी त्याला लय झोडपला!" महादू एकदा अशा गोष्टी सांगायला लागला की ज्याचं नाव ते. त्या दिवशीच डुकरे आली. ३०-४० तरी असतील. ही धमाल. त्यांचा बरकंदाज आला, त्याने डुकुर समजून दगडालाच गोळी घातली. डुकरं गेली पळून, मग महादेवने त्याच्यावर तुफानी हल्ला चढवला. थॉम्सन लिलीपुढे इंग्लिश बॅट्समन काय कापले असतील असा तो बंदूकवाला महादेवपुढे थरथरत होता. मग महादेवने त्याला हाकलले.

भालू मायनिंगवरनं परत आला. त्याला मदत करायला म्हणून आम्ही, 'ऑफिस' असं नाव असलेल्या झोपडीत शिरलो. मध्यंतरी तो पुण्यात आला होता तेव्हाचा हिशेब नि नंतर इन्स्पेक्शनला एक सरकारी ऑफिसर आला होता तेव्हाची सरबराई यात भालूचे ऑफिसवर्क मागे पडले होते. त्यात इथला कारभारी सुरंगाची बारुद आणायला गेलेला. म्हणून आम्ही भालूला मदत करायला शिरलो.

कारभाऱ्याचं हस्ताक्षर ओळखीचं वाटत होतं. आम्ही भालूला मदत करता करता हा कारभारी मुंबई पुण्याला होता का, त्याची चौकशी करीत होतो. तो म्हणे पुण्यास शिकायला होता. अक्षर तर जाम ओळखीचे. एकाएकी बंडूच्या डोक्याला मुंग्या चावल्या. तो उठून आपल्या झोपडीत शिरला. सुटकेसमधून त्याने रजनीला आलेल्या पत्राची चवड काढली नि ती घेऊन आला. हेच अक्षर! काही म्हणजे काहीसुद्धा फरक नाही.

"अरे चोरा, बघतोच तुझ्याकडे!" म्हणून आम्ही या कारभाऱ्याचा खिमा करायचे बेत करू लागलो. महादेव गालातल्या गालात हसत म्हणाला त्याने लिवलीन खरा; पण लिववणारा दुसराच!"

"म्हणजे?"

"पुण्याचा एक काळा, चपटचा नाकाचा बुटका सायब आला होता. त्याने दहा रुपये दिलाव रामदासला, म्हनला सांगतो तसा लिवायचा, महिन्यात दोनदा, दर महिन्याला दहा रुपये देईल. तुम्ही पहिल्यांदा बोललाव तेव्हाच सांगणार होता; पन म्हनला तुम्ही काय करताव ते बघावा!"

"वा गुरू!"

हा काळ्या, चपटा नाकाचा, बुटका इसम कोण? हे जाणून घ्यायचे म्हणजे रामदास नावाचा कारभारी येणे भाग होते. आम्ही आलो त्याच्या दुसऱ्या दिवशी सुरंगाची बारूद आणायला गेलेला कारभारी नंतर उगवलाच नव्हता.

दुसऱ्या दिवशी तो आला नाही तर मात्र पंचाईत होती. तो आला. त्याचं म्हणणं असं, की त्याला या साहेबाचं नाव माहीत नव्हतं. त्याला महिना दहा रुपये एम.ओ. येत होती. रजनी त्याला माहीत होती. तो कॉलेजात असताना तीही कॉलेजात होती. हा माणूस त्याच कॉलेजातला. याला त्याचे नाव माहीत नव्हते. याला पुरावा म्हणून त्याने एम.ओ.ची कुपने दाखवली. आम्ही ती कुपने बघितली, अक्षरही पाहिले पण एका निळ्या बॉलपेनने गोलगोल गिरवलेली सही यापलीकडे कुठल्याही मजकूर त्यावर नव्हता. गेल्या दोन महिन्यांत एम.ओ. आली नव्हती म्हणून याने पत्र लिहायचे थांबवले होते.

आम्ही रामदासला सगळं समजावून सांगितलं की, यामुळे पोलिस केस होऊ शकते वगैरे. त्याने चक्क आमचे पाय धरले. त्याने पुन्हा असं काहीही करणार नाही असं सांगून आमच्याकडून माफी मिळविली. आम्ही पुण्याला परत आलो.

त्यानंतर अशोकने घारूला पत्र लिहिले. त्यात त्याने तो पत्र लिहिणारा सापडला, त्याने पूर्ण कबुलीजबाब दिलाय, वगैरे गोष्ट लिहिली. तसेच 'आमच्यासाठी म्हणून ते असं कर की मीच पत्र लिहित होतो असा कबुलीजबाब दे!' असं जे पत्र लिहिलं होतं ते कॅन्सल असे पत्र लिहून पोस्टात टाकलं.

आता आमचे खरे युद्ध सुरू होते. इंच इंच लढवत माणुसकीच्या शत्रूशी लढायचे होते. कारण आम्ही पुण्याला परत आलो तोपर्यंत या भवान्या मुंबईस निघून गेल्या होत्या.

आम्हाला हा अनुभव नवा नव्हता; पण भावी बायको रुसून निघून जायची बंड्याची ही पहिलीच वेळ. त्यातच त्याचे प्रोफेसर 'आठ-आठ दिवस बेपत्ता होता, अशाने एम. ए. होणे कसे शक्य आहे.' वगैरे पिळून डोस पाजून धन्य झालेले.

"च्यायला! आम्ही गेलो तर सगळे कॉलेज ओस पडते नि या भवान्या गेलेल्या मास्तराला कशा चालतात? एम.ए. गेलं बोंबलत, जयू, तुझ्या बँकेत साला नोकरी बघ मला!"

"बँक आमच्या तीर्थरूपांची नव्हे. या आठ दिवसांच्या सुट्टीचं एक्सप्लनेशन मागवलं नाही म्हणजे मिळवली."

अशोक 'स्थितप्रज्ञस्य का भाषा समाधिस्थस्य केशव!' होता, तर ज्ञानू 'गेली तर पीडा गेली, तेवढेच केस गळायचे थांबतील' या मूड मध्ये होता. बंडू मात्र रविवारी सकाळी जाऊन रात्रीच्या पॅसेंजरने परतलं तर? शनिवारी दुपारी जाऊन रविवारी संध्याकाळी परतलं तर? असली त्रैराशिकं करीत होता. आमच्या मातोश्रींनी तेवढ्यात, संध्याकाळी आमच्या घरी आम्ही जमलो होतो तेव्हा काडी घातली.

"पोरगी फार रडली हो!" आई चहाचे कप ठेवता ठेवता म्हणाली,

आम्ही दुर्लक्ष केले. पाच मिनिटांनी मातोश्री परतल्या. आता त्यांनी डायरेक्ट

बंडूवर अॅटॅक केला.

"काय रे, तुला कळलं का?"

बंडूने भुवया वर उचलून काय म्हणून विचारलं. बंडू माझा मित्र असूनही आमच्या घरात त्याला माझ्यापेक्षा जास्त भाव होता. आई त्याला धाकटा मुलगा मानीत असे. "तुम्ही पोरंच बिनडोक! नव्हतं तिच्याशी लग्न करायचं तर आधीच सरळ सांगायचं, पळ कशाला काढायचा?"

"कुणाशी? काय? मला काही समजत नाही!"

"रजनी, तिचा उद्या का परवा साखरपुडा आहे मुंबईला! पोरगी जाण्याआधी खूप रडली. एकदा भेटायचं म्हणाली, चिठ्ठीपण ठेवली आहे तुझ्यासाठी!"

"अहो, मग आई मी येऊन तीन दिवस झाले..."

"आई तुझीपण कमाल आहे, काय च्यायला तुम्ही बायका म्हणजे..."

मी अशोकबरोबर रजेची चिठ्ठी दिली. डॉक्टरचं सर्टिफिकेट मग बघू. आमचा ऑफिसर नि बंड्याचे प्रोफेसर बाबांचे दोस्त होते. त्या मिनी-शीलीला तरी अक्कल असायला हवी, ज्ञानू कुठं बेपत्ता झालाय? त्याचा दोन दिवस पत्ता नाही. मी बंड्याला घेतले नि रात्रीच्या गाडीने मुंबईस निघालो. ज्ञानू शोधूनही सापडला नव्हता. त्याला एकदम काय झालं तेच कळत नव्हतं. तो मुंबईला जाणंही शक्य नव्हतं. कारण त्याला या भानगडीचा पत्ता नव्हता. शिवाय गेल्या आठ दिवसांत बुडलेले त्याचे उद्योग त्याला पूर्ण करायचेत असं तो म्हणत होता. आम्ही पहाटे मुंबईस पोहोचलो.

दिवस उजाडेपर्यंत काय करायचे हा प्रश्न होता. पहाटे पहाटे जाऊन एखाद्याचे दार ठोठावणे बरे दिसले नसते. मग दादर स्टेशनवर चहा पिऊन बसून राहिलो. एक लोकल आली तिने व्ही. टी. ला जाऊन आलो नि उजाडता उजाडता मुक्कामास पोचलो. माझ्या चुलतभाऊ शेखर हजरच होता, नंतर आम्ही सगळं आवरलं.

"तुम्ही याल असं वाटलं म्हणून तर मुद्दाम कॉलेजला गेलो नाही!"

"तुला कसं वाटलं?"

"काल तीन मुली आल्या, त्यातली एक म्हणे तुझी भावी वधू! मुंबईत कुणीही काहीही कारणे सांगून घरात प्रवेश मिळवतं नि मग चोऱ्यामाऱ्या करतात म्हणून मी त्यांना हुसकलं. कारण तुझं लग्न ठरलंय हे माहीत आहे; पण वहिनीला मी बघितलेली नाही आणि हे पब्लिक एकदम स्लॅक्स, जीन-बेलबॉटमवालं. तुझी त्याबद्दलची मतं मला माहीत आहेत. तेव्हा यांचा तुझ्याशी संबंध असणे अशक्यच!"

"शेखर, तुझा भाऊ मेला, या जयूला आता विसर. हा पार्थ धनंजय हतबल झालाय. माझ्या स्कूटरची चाकं कर्णाच्या रथासारखी चिखलात रुतली."

"म्हणजे?"

"तू हुसकलंस म्हणजे काय केलंस!"

या वेळपर्यंत चहा आला. आम्ही चहा घेत असताना शेखर सांगता होता- "मी सभ्य शब्दांत 'आम्ही बाहेर चाललोय' असं सांगितलं तर ती मुलगी थांबायला तयार नव्हतीच. तिने फक्त निरोप ठेवलाय, 'तुझा मित्र इतका हलकट असेल असं वाटलं नव्हतं, यू कॅन गो टू हेल! आमचं तोंड बघू नका!' "

"पण मी मुंबईला येणार हे तिला कसं कळलं?"

दाराची बेल वाजली. काकू दार उघडायला पुढे झाली. माझं सुदैव जोरात असावं. जर का चुकून मी गेलो असतो तर?

या तीन महामाया वुइथ टू कर्नल्स ॲन्ड अ प्रोफेसर दारात उभ्या!

काकूने विचारलं, "कोण पाहिजे?"

"पाषाणकर इथेच राहतात ना?" दारावरच्या पाटीकडे बघत कर्नलसाहेब उद्गारले. म्हणजे चुकून जर नाही म्हणायची इच्छा झाली तरी तसं होणं शक्य नव्हते. बंडूने समोरच्या दत्तात्रयाच्या फोटोकडे नजर लावली होती. मी वरती फिरणाऱ्या फॅनचा मध्यबिंदू स्थिर राहतो की नाही ते एकतानतेने पाहत होतो. मंडळी आत आली.

"हॅल्लो, जयू"

"अरेऽऽच्या! तुम्ही इथं कसे?" मी अत्यंत आश्चर्याने जमावास विचारले. कारण मी आता डगमगलो तर शेखर आणि काकू मला जन्मभर फाडणार होती.

"तुम्हालाच भेटायला आलो!"

"असं का, बसा ना. काही चहा-कॉफी?"

"काही नको!"

"असं काय म्हणताय मेजरसाहेब..." "कर्नल, कर्नल" आमच्या काकूच्या मते मेजर ही आर्मीतली सर्वात मोठी रँक. तिच्या माहेरच्या नात्यातला कुणीतरी मेजर म्हणून रिटायर झाला होता. पण काकूने मेजर म्हणताच त्या दोन कर्नलांनी दीर्घ श्वास घेऊन आसमंतातली हवा संपवली नि त्यांच्या छात्या वाढल्याने खोलीतली जागा कमी झाली.

"तेच ते, मेजर काय नि कर्नल काय? पहिल्यांदाच व्याही घरी आले!" कुठला तरी कर्नल माझा सासरा होणार याची काकूस कल्पना होतीच.

"बसा ब्रिगेडियरसाहेब!" शेखरने त्यांना सुखावले. दोघेही कर्नल बसले. त्यात ते प्रोफेसर अगदीच विसंगत दिसत होते. त्या तीन पोरी तशाच ताटकळत उभ्या होत्या. काकूने त्यांना स्वैपाकघरात बोलावले. आम्हाला वेडावत त्या निघून गेल्या."

"मा भॉय, हू इज युवर फ्रेंड बंडू?"

"ॲट युवर सर्व्हिस सर," बंडू पुढे झाला.

"व्हेअर इज ज्ञानू?"

"आ व्होत्र सर्व्हिस" ज्ञानू दारातून येत आपले फ्रेंच ज्ञान पाजळीत म्हणाला.

"तुम्ही ठरवलंय काय?"

"कशाबद्दल?"

"तुम्ही तिघं पळून गेला होतात म्हणे?"

"हू टोल्ड यू?"

"रजनी!"

"पण आम्ही पळून जाऊच कशाला?"

"रमेश घारपुरे कोण?" आता घारूने काय केले ते मला समजेना. मी म्हणालो, "माझा मित्र आहे, जबलपूरला असतो." रजनी आतून बाहेर आली, "पत्र मिळालं त्याचं?"

"व्हॉट पत्रं?" शेखरने पत्र दिले. पत्र रमेशचे होते. त्याने सरळ सरळ रजनीची माफी मागितली होती. "आपण तुला पाठवायची पत्रं दुसऱ्या माणसांकडून लिहवून घेतली. माझी ती चूक झाली. पण बंडू, जयू त्या पत्रांचा शोध घेत घेत कोकणात पोचले. त्यांच्या डिटेक्टिवगिरीची कमाल आहे. ते तुला कळवणारच त्याआधीच मी माफी मागून मोकळा होतो. वगैरे." रमेश घारपुरे असं काही करेल असं वाटलं नव्हतं. "घारू, यू आर ग्रेट!" पत्राची घडी करून खिशात ठेवत मी म्हणालो नि कर्नलसाहेबांना विचारले, "आता तुम्हाला कळलं असेल आम्ही कोकणात का गेलो होतो?" काळा, चपट्या नाकाचा, चष्मेवाला. घारूचे हे हुबेहूब वर्णन आपल्याला इतके दिवस कसे सुचले नाही याचा विचार करीत मी बोललो, कदाचित मित्रप्रेमाने आम्ही आंधळे झालेले असू.

"ते खरं, पण ही रजनी रडकुंडीला आली. आता या दिवाळीत तुमच्या फॉर्मल एंगेजमेंट उरकू. मग मे महिन्यात लग्न करा, काय प्रोफेसर?"

प्रोफेसरांच्या चेहऱ्यावरच्या सुरकुत्या हलल्या. बंड्या खदखदून हसू लागला. प्रोफेसर गंभीर आवाजात बोलले –

"उद्याची एंगेजमेंटची तयारी केली आहे." बंड्याचे हास्य खुडले गेले. पाण्यात बुडणाऱ्या माणसासारखे निरनिराळे आवाज त्याच्या घशातून बाहेर पडू लागले. शेखरने टेबलावरची स्मेलिंग सॉल्टची बाटली त्याच्या नाकाशी धरली. "हे ज्ञानेश कुलकर्णी का कोण ते म्हणाले, उद्याच एंगेजमेंट ठेवा म्हणून!"

"आयला, ज्ञान्या, तू पण ग्रेट!"

ज्ञानूने कुणाच्या नकळत मला डोळा मारला. बंड्याच्या आई-वडिलांना बोलावलंच होतं, असंही सांगून टाकलं. प्रश्न फक्त बंड्याचा होता. बंड्याने मुंडी हलविली. उद्या साखरपुड्याचं नक्की असं म्हणून प्रोफेसर जायला उठले.

"तुम्हा दोघांचं काय?" दोन्ही कर्नल एकदमच गुरकावले.

"आम्ही आत्तासुद्धा तयार आहोत!" या वाक्याने हा सीन संपला. तिघेही व्हिलन टळले.

"काय झालं माहीत आहे का? मी आलो होतो मुंबईला. पुण्याहून निघालो तेव्हा मला माहीतच नव्हतं हे असं काही आहे म्हणून. मग कळलं की पोरीला वेडीवाकडी पत्रं येतात म्हणून. कायमची मुंबईलाच ठेवावी आणि तिचं लग्न करून टाकावं असं प्रोफेसरांनी ठरवलंय, मग मी त्यांना पिळलं. म्हटलं तिच्या मनात एक मुलगा भरलाय; पण त्याची घरची माणसं कदाचित विरोध करतील. मी त्यांना बोलावून घेतो. तुम्ही मुलीला मात्र तयार करा, असा पोरगा शोधून सापडायचा नाही."

"पण तू प्रोफेसरांकडे पोचलास कसा?"

"सल्ला विचारायला, माझ्या नि शीलाच्या लग्नात अडथळे येताहेत तर मार्गदर्शन करा म्हणून रजनीच्या थ्रू तर गेलो."

"आता त्यांच्या लक्षात आलं तर?"

"खुळा का काय, विसरभोळा प्रोफेसर लेका तो, त्याला काय कळतंय?"

पण हेच वाक्य नंतर आम्हाला भोवणार होतं याची आम्हाला कल्पना नव्हती. आम्ही बंड्याला आजच साखरपुड्यासाठी सजवायला सुरुवात केली नि रात्री आमची भली जोरदार पार्टी झाली. आम्ही खातपीत होतो नि बंड्या चोरासारखा बसून होता. अशोकही त्या दिवशी दाखल झाला होता. सर्वत्र चैनच चैन चालली होती नि तेवढ्यात कुणीतरी म्हणालं.

"घारू असं कसं करेल?"

"असं म्हणजे अगदीच कमाल आहे!"

"नाहीतर असं असेल, त्याने आपल्या सूचनेनुसार हे पत्र टाकलं असेल!"

"दॅट्स इंपॉसिबल मी ज्या तारखेला पत्र टाकलंय तू असं कर म्हणून त्याच तारखेचं हे पत्र आहे!"

"मग त्याला कसं कळलं?"

"महादेवने मला आपल्या गँगबद्दल पिळलं होतं नि त्याच्या सांगण्यावरून मी भरण्याहून त्याला पत्र लिहिलं तर होतंच पण रामदासलापण लिहायला सांगितलं होतं." अशोकने संभाषणात प्रथमच भाग घेतला.

आणि आम्ही महादेवच्या नावाने बीअरचे घोट घेऊ लागलो.

■

शेवटचा हप्ता

अशोकचे लग्न कावेरीशी ठरवायची अवघड किंवा सोपी कामगिरी शीली व मिनीवर सोपविण्यात आली होती. अवघड किंवा सोपी हा शब्दप्रयोग वाचून माझ्या डोक्याबद्दल आजपर्यंत जर तुमच्या मनात काही शंका नसतील, तर त्या आता निर्माण होतील म्हणून मी तुम्हाला हा शब्दप्रयोग का केला हे समजावून सांगतो. तत्पूर्वी ही वटवट पहिल्यांदाच वाचणाऱ्या वाचकासाठी काही गोष्टींचा खुलासा करून ठेवतो.

मी धनंजय, ज्ञानू, अशोक आणि बंडू हे चार दोस्त. मिनी, शीलू आणि रजनी या तीन महामाया; अनुक्रमे मी, ज्ञानू व बंडू याच्या भावी पत्नी होणार होत्या. कधी हे संकट वाटे, तर कधी नाहीतरी आपल्याला कोण मुली देणार होतं, जमलंय तर आता यांनाच गोड मानून पदरात घ्या किंवा यांच्या पदरात जा! अशा विचाराने आम्हीही त्यांना सोडायला तयार नव्हतो. अशोक नावाचा एकेकाळी सुखी असलेला तरुण, त्याला कावेरीनामक मिनीच्या बहिणीशी लग्न करायची इच्छा होती.

यासंदर्भात दोन वाक्ये किंवा चार शब्द म्हणा हवे तर, इथे नमूद करणे आवश्यक ठरते. चार शब्द म्हणजेच असंख्य वाक्ये हे सुज्ञास सांगणे नलगे!

''छोड बे! शेवटी सासऱ्याला जावयापुढं नमावंच लागतं. मी जर तुमच्या जागी असतो ना तर मस्त फायर केला असता!'' अशोकने त्यांचे वडील कर्नल आहेत म्हटल्यावर केलेली कॉमेंट. संदर्भ– जीनचे माप ही प्रस्तुत (शब्द कसा आहे) लेखकाची (म्हणजेच माझीच) कथा वाचा. ''कावेरी म्हणजे मिनी व शीली एकत्र वाटून घोटून त्यांत तांब्याचा पैसा टाकून थंडाई केली तर कमी चढेल अशी पोरगी!'' इती प्रस्तुत कथनायक म्हणजे मी.

संदर्भ वरचाच.

अशा मुलीचे व अशोकचे, अशोकची जाहीर प्रतिज्ञा लक्षात घेता जमवून देणे

हे आमच्या दृष्टीचे अवघड वाटणारे काम मिनी व शीलीच्या दृष्टीने फारच सोपे होते.

इन द मीन टाईम बंडूच्या लग्नाची तारीख प्रोफेसरसाहेबांनी जाहीर केली, कारण ते स्वत: कुठेतरी पाश्चात्त्य देशात विद्वत्सभा गाजवायला जायचे होते. जाताना त्यांनी आपला फ्लॅट बंडूला द्यायचे ठरविले. त्या बदल्यात बंडूने त्यांना येताना इलेक्ट्रिक शेव्हर घेऊन यायला सांगितले. हे लग्न बंडू, रजनी आणि प्रोफेसर यांच्या स्वभावानुसार शांतपणे पार पडले. त्यामुळे तर अशोक-कावेरी जवळ यायला फार मोठीच मदत झाली. त्याचं झालं काय, की अशोकचं चांगलं अक्षर आणि कावेरीजवळ पत्त्यांची (ॲड्रेसेस) यादी. (पुणेकरांना गोष्ट सांगताना फार जपून सांगावी लागते. शब्दच्छल करण्यात फार पटाईत मंडळी आहेत ही!) दोघांना मिळून सतत जोडीने कामास पाठवणे, अशोकला वापरायला दिलेली प्रोफेसरांची स्कूटर, त्या लग्नाच्या घाईत राहुल, नटराजबाहेर दिसली होती तरी आम्ही तिकडे दुर्लक्ष करीत होतो. अशोक, कावेरी असं न म्हणता लग्न म्हणजे बंडू-रजनीचे लग्न संपेपर्यंत 'अशोकावेरी' असंच नाव तोंडात येऊ लागलं. प्रथम प्रथम दोघे कावरेबावरे होऊन एकमेकांकडे बघत. पुढे पुढे तेही निर्ढावले. बंडूचे लग्न पार पडले तेव्हा अशोकचे शर्ट कावेरीच्या अंगावर दिसू लागले होते. सुज्ञांनी मनाशी योग्य ती खूणगाठ बांधली होती. म्हणजे आता यातही काही लिहिण्यासारखे उरले नाही आणि लिहिण्यासारखे घडले नाही म्हणजे खळबळ नाही, म्हणजेच आम्ही सुखी.

पण दैवाला सुख पाहावत नाही हेच खरं! बंडू हनिमूनला गेला आणि तो नाही या संधीचा फायदा घेऊन अशोकने आम्हाला साग्रसंगीत पार्टी द्यायचे कबूल केले आणि त्या दिवशी पुन्हा मागची जीन पुढे चालू झाली.

म्हणजे आम्ही अशोकच्या खोलीवर गेलो. अशोककडे मस्त चिकनफ्राय, शिवाय कलेजी, मटन रोस्ट वगैरे प्रकार, तरुणांसाठी बियर, तरुणींसाठी पायनापल ज्यूस असली मजा, शिवाय चर्चिल स्पेशल चिरूट. कुणी तरी विनोद सांगत होतं आणि बॉंबस्फोट झाला.

प्रथम काही वेळ काय होतंय हे कळलंच नाही. प्रथम मिनी बोलू लागली.

"लोक हो! तुम्ही आमच्यावर सोपवलेली कामगिरी आम्ही पार पाडली याबद्दल आमचे अभिनंदन करूया!" असं म्हणून तिने अशोककडे बघितले. "तुम्ही आम्हाला सिगारेट ओढू देत नाही किंवा बिअरही पिऊ देऊ देत नाही याबद्दल आम्हाला काहीच म्हणायचे नाही; पण..." हाच तो धोकादायक पण! हेच ते डेंजरस वळण!

"...आपला काही अन्‌फिनिश्ड बिझिनेस शिल्लक आहे."

"कसला अन्‌फिनिश्ड बिझिनेस?"

"तुमचा आमच्यात कसलाही व्यवहार नाही. आता एकदा साखरपुडा उरकून

लग्न करून टाकायचं बघा!'' ज्ञानू.

''मी सांगते नं कसला व्यवहार शिल्लक आहे तो! याच बावळट ध्यानाने त्या शाम्याला माझ्या जीन जयू धुतो असं सांगितलं होतं!'' ज्ञानूच्या दिशेने हात उडवत मिनी करवादली. आम्ही टण्णकन उडालो.

''अवर प्रोड्यूसेथ द मॅन!'' अशी एक इंग्रजीत म्हण आहे. अवर म्हणजे तास, म्हणजे प्रत्येक घटका एकेका माणसाची असते किंवा ऐनवेळी कुणी ती हरीचा लाल त्या संकटसमयी करंगळी पुढे धरून धावत येतो नि आपली सुटका करतो, संकटांचा गोवर्धन उचलून. तसा अशोक करंगळी पुढे धरून धावला. आत जाऊन बाहेर आला आणि त्याने मिनीचे शेवटचे वाक्य ऐकले. तो हसला. त्याने पाहिलं आणि त्याने सगळ्यांची बिनपाण्याने केली.

''ओय! ही काय मंडई वाटली काय? आम्ही तिघं मित्र आहोत. आमच्यात काड्या घालायचं कारण नाय! च्यायला सरळ करून टाकीन सगळ्यांना, कर्नल म्हणे कर्नल. अरे! तुमचे डॅडी कर्नल तर आमचे जनरल आहेत. सरळ खाली मान घालून राहायचं वावरायचं असलं तर ठीक! नाहीतर गेटाऊट!''

''अशोक!'' कावेरी उद्‌गारली

''हू यू! आमच्यामध्ये पडणारा तू कोण?'' मिनी म्हणाली.

शीली गप्पच होती.

''तू मध्ये बोलू नकोस!'' हे कावेरीला उद्देशून.

''थांब, मी कोण हे सांगतो तुला!'' हे मिनीला उद्देशून.

''काय शीले, लावालाव्या करायच्यात का काही?'' हे शीलीला उद्देशून– असे तीन जहरी फुत्कार अशोकने सोडले, भयाण शांतता पसरली. आसमंत इलेक्ट्रीफाइड का काय म्हणतात तसा भासू लागला.

''आयला! आमचे मित्र सज्जन...'' पहिली एक्झिट घडली. मिनी बॅक टू पॅव्हेलियन, चपला घातल्या दाणकन दार लागले. अशोकने दार उघडले, तिला हाक मारली. ''हॅवँच्यू गॉट मॅनर्स? नीट दार लाव!'' मिनी त्याचं न ऐकताच निघून गेली होती.

अशोक आत वळला, ''काय ज्ञानू, तुझ्या बायकोला सरळ करायचंय?'' ज्ञानूने शीलाकडे बघितले. ती खाली मान घालून बसली होती. मग अशोकने शीला नि कावेरी दोघींना खूप शिवीगाळ केली नि सांगितलं झालं हे फार झालं, इथून पुढे जर काही कटकट झाली तर आम्ही तिघेही दुसरा घरोबा करायला मोकळे आहोत. आम्हा तिघांची – चौघांची, बंडूपण आमच्यात आहे. युनियन आहे. अशोक तिचा लीडर आहे. लग्न करण्यापूर्वी आधी विचार करा पटलं तर व्हय म्हणा नाही तर हुडुत्!'' अशोकने आपले पल्लेदार भाषण संपविले. मंडळी सरळ आली. त्यामुळे

अशोक नि ज्ञानू सुटले. या जयूचे काय?

बा वाचकमित्रा, तू या कथानायकाची काल रात्री झालेली दारुण अवस्था बघितलीस. काल दोन तृतीयांश शेवट ओव्हरॉल कथेच्या दृष्टीने गोड झाला; पण तरीही कथानायक आणि एक तृतीयांश उरलेली कथा खेटर खाल्ल्यासारखा चेहरा करून इथे बसलेले आहेत. कथानायकाचा उजवा हात ज्ञानू व त्याचे कलत्र इथे हजर आहे. कथानायकाचा डावा हात (कथानायक डावरा आहे) आणि युनियन लीडर अशोक इथे नाही पण कावेरी त्याचा निरोप घेऊन आली आहे. 'वेट अँड सी!' कथानायकाची खलनायक जोडी बॉस व त्याची गँग म्हणजे आई-बाबा व भावंडे लग्नानिमित्त बाहेर गावी गेलेली आहेत. द सिच्युएशन इज बॉयलिंग. परिस्थिती जितकी शांत वाटते तितकीच ती स्फोटक आहे. बाँबच्या वातीला उदबत्ती लावलेली आहे, वात फुसफुसत्ये. सगळेजण कानावर हात ठेवून उभे आहेत.

दारावरची बेल वाजली. आम्ही कारण नसताना दचकलो. कावेरीने दार उघडले. बाहेर तिची ताई, तिचे बाबा आणि तिचे काका म्हणजे शीलीच्या बाबांना ती अंकल म्हणायची म्हणून काका अशी मंडळी होती. अशोक या सगळ्यांना घेऊन आत आला. सगळे बसले. आता वातावरण गाभण राहिले. साहेबाच्या भाषेत प्रेग्नंट सायलेन्स म्हणतात, तर आईच्या भाषेत अर्थगर्भित म्हणतात ते हेच.

सगळ्यांनी बोलण्यासाठी एकदमच घसे खाकरले नि दुसरा बोलतोय म्हणून सगळे शांत राहिले आणि या संधीचा फायदा घेऊन आम्ही बसून घेतले. मग सगळेच एकमेकांकडे बघत बसले. मी मिनीकडे बघितले. तिने नाक उडवून दुसरीकडे बघितले. वातावरण व्यायलेच नाही.

शेवटी अशोकनेच बोलायला सुरुवात केली. "कर्नलहो! मी आपल्याला इथं बोलावलं ते काही कामानिमित्त. शीलीच्या वडलांनी बोलायल नकार दिलाय खरा; पण तो प्रॉब्लेम उरलेला नाही, किती बंडखोरी करावी हे तिला कळतंय; पण आपली कन्यका मिनी, ती अजूनही डाव्या प्रतिगाम्यासारखी वागत आहे. बाय द वे मी कोण हे तुम्हाला कळलं नसेल, मी कावेरीशी लग्न करायचं ठरवलंय! म्हणजे मीही आपला भावी जावईच!"

कर्नल साखोळकरांनी मान उचलून एकदा कावेरीकडे नंतर अशोककडे नंतर तमाम जनतेकडे बघितले. घसा खाकरला नि ते म्हणाले –

"तुम्ही ठरवलंय ते ठीक आहे; पण म्हणजे झालेलं नाही. कावेरीचं यावर काय मत आहे?"

बोलायला तोंड उघडणाऱ्या कावेरीला हाताने खूण करून अशोकने गप्प

बसविले.

"यावर कावेरीला मत असू शकत नाही. व्हॉट आय से गोज! तिचं म्हणणंही असंच आहे. सगळ्यांत महत्त्वाचा मुद्दा असा, की आजपर्यंत तुम्हा दोघांच्या धाकामुळे ही आमची मित्रमंडळी तुमच्या पोरीचा शहाणपणाा किंवा फाजिल आगाऊपणा गप्प बसून ऐकून घेत होती. इथून पुढे ते चालणार नाही. नाऊ यू विल हॅव टू लिसन टू अस! पहिली गोष्ट म्हणजे मंडळी ताबडतोब साखरपुडे उरका. दुसरी गोष्ट म्हणजे मिनीने जर अजून आपल्या वागण्यात बदल केला नाही, तर जयूचा नि तिचा शरीरसंबंध रद्द!"

"ईऽऽ! शरीरसंबंध म्हणे! इथे कुणाला त्याच्याशी लग्न करायचंय?"

"व्हॉट डू यू मीन बाय दॅट?" कर्नलसाहेब म्हणाले.

"तुम्ही ऐकलंतच, तुमच्या मुलीलाही त्याच्याशी लग्न करायची इच्छा नाही, मिनी तू बाहेर जा!"

"हुडुत्!"

"मिनी! तू खरंच गेलीस तर बरं होईल, मी तुझ्याशी लग्न करणार नाहीये. आणि शीली अन् कावेरीच्या लग्नात तुझा काय संबंध?" कर्नलसाहेबांनी माझे हे वाक्य ऐकून घसा परत एकदा खाकरला.

"यंग मॅन डोंट टेक हेस्टी डिसिजन्स!"

"हा हेस्टी डिसिजन नव्हे, मला तिच्याशी लग्न करायचंच नाही!"

"बट व्हाय?"

"कारण तुमच्या मुलीला माझ्याशी लग्न करायची इच्छा नाही हे तुम्ही ऐकलंतच. अशा परिस्थितीत मी काय जन्मभर ब्रह्मचारी राहू काय?"

"हू सेज दॅट?"

"हू सेज व्हॉट?"

"माझ्या मुलीला तुमच्याशी लग्न करायचं नाही?"

"कर्नल! जमिनीवर या, ती इथं आहे, तिलाच विचारा ना!" अशोक

"यू शट अप! बीच बीच मे टांग मत अडाव!"

"कर्नल, माइंड युवर टंग!"

कर्नलसाहेब (रिटायर्ड) टण्णकन् उडाले. जमिनीवर आले नि त्यांनी अशोकवरचा राग मिनीवर काढला.

"यू स्पॉइल्ड ब्रॅट! मूर्ख कुठली, तू हे लग्न मोडत्येस, लाज नाही वाटत?"

मिनी चपापली, आजवरचा तिचा आधारच तिच्यावर उलटला होता, तिच्या पायाखालची सतरंजीच अशोकने खेचून घेतली होती.

"डॅऽडी!" मिनी चक्क रडू लागली. अशोकने मला डोळा मारला. मला

मनातून मिनीजवळ जाऊन तिची समजूत घालावी असे वाटत होते; पण ते प्लॅनमध्ये बसत नव्हते. मी आता आवाज चढवला.

"ही नाटकं पुरे झाली, काय निर्णय असेल तो लगेच आत्ताच घ्या, मागनं कचकच नको, रोज उठून डोक्याला त्रास! साला!" शेवटचा शब्द खूप धीर करून उच्चारला, अशोकने सांगितल्याबरहुकूम हे नाटक वठत होते.

कर्नल माझ्याकडे आश्चर्याने बघू लागले. हे माझे नवे रूप त्यांना गोंधळात पाडत होते; पण मीही त्यांच्या नजरेला नजर देत होतो. छातीचे ठोके मात्र जोरात पडत होते. मनातून घाबरलो होतो, काय होतंय नि काय नाही, बाकी सगळ्यांचं ठीक होतं पण माझं काय?

ज्ञान्या शीलीचं पक्कं झालं होतं, अशोकच्या शब्दाबाहेर कावेरी जाणार नव्हती. तो भलताच फॉर्मात होता. पण इथे कुठल्याही क्षणी माझी नि मिनीची ताटातूट होणे शक्य होते. मामला गंभीर होता.

"ऑल राइट, ऑल राइट! मिनी, अपॉलोजाइज टू हिम! त्याची क्षमा माग, बेटा!"

"आय ॲम सॉरी!" हे अतिशय हळू आवाजात आलेलं वाक्य मिनीचंच! माझा विश्वासच बसेना.

"शीले, यू टू!" अशोक गरजला.

"आय ॲम ऑल्सो सॉरी!" शीली झटकन म्हणाली. हे सगळं ठीक झालं होतं खरं, पण आता आम्ही एकटे भेटू तेव्हा कदाचित मिनी मला फाडून खाईल असं वाटत होतं. तेवढ्यांत कर्नलसाहेब बोलले. "तुमचे वडील आले की मी येतो. या मे महिन्यात उरकून टाकू!'

चहापानानंतर ही सभा विसर्जित झाली. सगळे हळूहळू कटले. मी एकटाच कोचावर बसलो होतो. दार वाजलं, मी जाऊन दार उघडलं. दारात मिनी, ती आत शिरली. तिने दार लावले, तिने जिंकले.

"आय ॲम रिअली सॉरी जयू." म्हणत तिने मला घट्ट मिठी मारली. मंडळी अजून बरगड्या दुखताहेत.

मे महिन्यात आमचे लग्न पार पडले, हे तुमच्या लक्षात आले असेलच.

■

उद्योजक

त्या दिवशी मी चक्रावलो; म्हणजे चक्क आपली टोपीच पडली. समोर एक सुटाबुटातला माणूस उभा नि मला चक्क म्हणतोय,

"काय लेखक, ओळखलंत का?"

आता मी अधूनमधून मासिकांतून वगैरे लिहितो. वाचनालयातच कारकुनाचं काम करतो. बरीच इंग्रजी मासिकं येत असतात. वाचतो नि मराठी रूपांतर करतो. 'जे जे आपणासी ठावे! ते ते इतरांसी शिकवावे!' हा रामदासांचा उपदेश प्रामाणिकपणे पाळतो. त्यात लोकांनी लेखक म्हणावं हा उद्देश मुळीच नाही; पण बरेचदा लोक लेखक हा शब्द शिवीसारखा उच्चारत आम्हाला हाक मारतात.

आता त्याबरोबर या माणसानं "काय ओळखलंत का?" असं विचारलेलं. 'हो' म्हणावं तर मी खरंच खोटं बोललो असतो. नाही म्हणावं तरी, एवढ्या सूटबूटवाल्या व्यक्तीला आपण ओळखत नाही, असं म्हणणंही योग्य वाटेना आता काय करायचं? "चेहरा ओळखीचा वाटतोय पण नाव आठवत नाही, बुवा!" मी म्हणालो. ही युक्ती हा इंग्रजी पुस्तकातच वाचली होती.

""कमाल आहे – शऱ्या, लेका मला ओळखलं नाहीस?"

आता मात्र मी चक्रावलो. माझं शरद हे नाव आता वापरात नव्हतं. सर्वजण मला राजारामपंत म्हणतात. भारदस्तही वाटतं. शरद हे माझं दुसरं नाव, मॅट्रिकबरोबर लयासच गेलं. कारण एस.एस.सी. बोर्डानं आपल्या पदरी आमची नोंद राजाराम या बालबोध नावानं केली होती. असो; पण मी या व्यक्तीस ओळखलं नव्हतं आणि या वाचनालयाच्या नोकरीत मी वयाच्या विसाव्या वर्षापासून राजारामपंत बनलो होतो.

"बरोबर आहे, मोठे लेखक तुम्ही. वर्तमानपत्रात नाव वाचतो ना!"

"म्हणजे लेख वाचत नाही, असंच ना!" मी ठेवणीतला टाकला. यानं तो

गडबडला.

“अहो, मी सुरेश... सदाशिवचा धाकटा भाऊ!”

“अरे! मग हे तुझं असं काय झालं?” मी त्याच्या पेहरावाकडे पाहत म्हणालो.

“शरद, मी तुला पूर्वीसारखं ‘अरे-जारे’ म्हटलं तर चालेल ना!”

“का? मघाशी तर शऱ्या म्हणालास.”

“ते ओळख पटवण्यासाठी! चला, चहा घेऊ!”

“मला ‘शरद’ म्हटलंस तरी चालेल,” बऱ्याच दिवसांनी कुणीतरी ‘शरद’ म्हणणारा गाववाला भेटल्याच्या आनंदात मी म्हणालो. परवाच सदाशिव भेटला होता. त्याच्याकडून मला सुरेशची माहिती मिळाली होती. तो म्हणजे, सुरेश स्वत:ला आंत्रप्रूनर–मराठीत एंटरप्रीनर किंवा उद्योजक म्हणवून घेत होता. म्हणजे सदाशिवला आपला भाऊ नक्की काय करतो ते अजून कळलं नव्हतं. वहिनींच्या मते भाऊजींनी असले धंदे करण्यापेक्षा एकच एक नोकरी केली तर निदान लग्न तरी करून देता आलं असतं. सदाशिवच्या मते तो खटपट्या होता. आता सात वर्षांत वेगवेगळे पाच उद्योग म्हणजे काय? धंदेच की. ते चालले नसावेत. वहिनींची विचारणा अशी, की मग त्यांच्याकडे एवढा पैसा कसा? परवाच तर कॉम्प्युटर का काय ते घेतलंय. एखाद्या व्यक्तीनं कॉम्प्युटर घेतला असेल तर आपल्याला आदर वाटतो. बरंच महागाईचं यंत्र आहे ते. मध्यमवर्गीयांना न परवडणारं आणि हा सात वर्षांत पाच धंदे करणारा सुरेश कॉम्प्युटर घेतो? कमाल आहे. असा एक विचार डोक्यात डोकावून गेला. पण त्याच्याबद्दलचं वातावरण पाहता त्याचं कौतुक केलं तर पोहे मिळणार नाहीत, हे लक्षात आलं. सदाशिवची बायको पोहे अप्रतिम करते. म्हणून तर अधनंमधनं त्यांच्याकडे जातो. त्यांनाही बरं. त्यांचा त्यांच्या चाळीत वट वाढतो, लेखक आला म्हणून. सदाशिवच सांगत होता.

सांगायचं काय तर असा हा सुरेश, माझी वाट अडवून उभा होता. मला लेखक तर म्हणालाच होता पण तो त्याचा अपराध मी माफ करावा, असं पापक्षालन त्यानं मला शरद म्हणून केलं होतं आणि आता तो मला जवळच्या पॉश हॉटेलमध्ये चहा प्यायला वेळ आहे का? हाही प्रश्न विचारत होता; म्हणजे तो पॉश हॉटेल वगैरे म्हणाला नव्हता; पण हॉटेल पॉश होतं हे उघड दिसत होतं.

“परवा कॉम्प्युटर घेतला ना, त्याबाबत तुझा जरा सल्ला हवा होता.’ त्यानं चालता चालता सहज वाक्य टाकलं आणि खचलो. माझ्या पायात गोळे आले ‘सिदंति मम गात्राणी’ हा अनुभव मी प्रत्यक्ष घेतला. इंग्रजी नियतकालिकात जाहिराती पाहणे एवढाच कॉम्प्युटरचा नि आमचा संबंध. मध्ये एक ‘संगणक विशेषांक’ मराठीत निघाला होता. मोठ्या मासिकाचा होता. तो आमच्या

शेजाऱ्यांनी त्यांच्या वाचनालयातून आणला नि मुद्दाम मला दिला. तेव्हा कॉम्प्युटरला मराठीत संगणक म्हणतात हे ज्ञान आम्हाला प्राप्त झालं होतं. यापलीकडे फारसा बोध आम्ही करून घेतला नव्हता. अशा परिस्थितीत ज्यानं स्वपैशानं संगणक खरेदी केलाय अशा सुरेशनं माझ्याकडून सल्ल्याची अपेक्षा करावी, हे नाही म्हटलं तरी अतीच झालं. त्याही परिस्थितीत मी सावरलो. त्या मोठ्या हॉटेलातल्या पाच-दहा रुपयांना मिळणाऱ्या चहाचा कप डोळ्यासमोर ठेवून म्हणालो,

"ठीक आहे!"

आता त्या भव्य हॉटेलचं वर्णन करायची ही जागा नव्हे; पण तिथला एकूण भपका पाहून आपले डोळे तर दिपले हे कबूल करणं भाग आहे. सुरेश तिथं सरावाच्या सफाईनं वागत होता. तिथले वेटर त्याला ओळखत होते. चक्क 'सुरेशबाबू' म्हणत होते. तोही त्यांचे सलाम स्वीकारत होता. आता अशा माणसाला मी काय सल्ला देणार, हा प्रश्नच होता. मी बऱ्यापैकी खचलोय हे लक्षात आल्यावर सुरेश मला म्हणाला,

"तर काय म्हणत होतो, शरद, मला तुझा एक सल्ला हवाय!"

मी यावर काय बोलणार. निम्मं शरीर सोफ्यात रुतलंय अशा अवस्थेत चहाचा कप उचलण्यासाठी आपला हात पोचेल का? हा प्रश्न मला पडला होता.

"काय घेणार?" सुरेशनं विचारलं. "रम, व्हिस्की, बीअर?"

मी मान हलवली.

"घेतोस ना?"

"बऱ्याच दिवसांत घेतलेली नाही." मी सत्य बोललो. "आमची पोरं आता कॉलेजात जायची. आता हे परवडत नाही!"

"बेअराऽऽ! रॉयल सॅल्यूट, दो लार्ज, साथ मे शीग कबाब! अँड कीप अ टेबल रेडी!"

सुरेश म्हणाला

हा नक्कीच उद्योजक असणार. हा कॉम्प्युटर काय सुपरकॉम्प्युटरसुद्धा आणेल असं मला उगीचच वाटून गेलं.

"तर मी काय म्हणत होतो; एक कॉम्प्युटर आणलाय. त्याला काम भरपूर असलं तर तो फायद्यात जाणार. परवा एका भविष्यवाल्याचं प्रपोजल होतं. त्याला लटकत ठेवलाय. आज ना उद्या 'हो' म्हणूच. पण काय रे, आपल्याकडं कॉम्प्युटरच्या साहाय्यानं लग्न जुळवणं कितपत शक्य आहे. स्टेट्‌समध्ये अशा 'कॉम्प्युटर डेटिंग एजन्सीज' आहेत; आपल्याकडे स्वयंवर मेळे वगैरे भरतात, तर कॉंप्युटरच्या साहाय्यानं लग्न जुळवणं शक्य आहे, असं मला वाटतं. यावर तुझं मत नि एक

झक्क नाव सुचव. तुझी काय कल्पनाशक्ती लढवायची ती लढव. तुला मी योग्य ती फी देईनच. उगीच त्या ॲडव्हरटायझिंगवाल्यांनी स्पर्धा लावायची नि आपल्याच कुणाला तरी बक्षीस द्यायचं याला काही अर्थ नाही.''

''नाव मराठीत हवं, की इंग्रजीत चालेल?''

''कसंही दे, कॅची हवं!''

काही दिवसांतच 'कॉम्प्युमॅच स्वयंवर संस्थे'च्या उद्‌घाटनास मी हजर होतो. या नामकरणाप्रीत्यर्थ मला ५०० रु. बंद पाकिटात रोख मिळाले. धूमधडाक्यानं 'कॉम्प्युमॅच' सुरू झाली. त्या वेळी मी सुरेशला एक गोष्ट सांगितली.

''एका स्त्रीनं आपल्याला हव्या त्या अपेक्षा संगणकास पाठवल्या, संगणकानं स्त्रीचं वर्णन व अपेक्षा बघून तिला पत्ता दिला. त्या पत्त्याच्या शोधात ती निघाली आणि प्राणिसंग्रहलयातल्या गोरिलाच्या पिंजऱ्यासमोर पोचली.''

इंग्रजी मासिकात वाचलेला हा चुटका ऐकून सुरेश भयंकर खूष झाला आणि त्यानं मंत्र्याचे आभार मानताना हा चुटका स्टेजवर रंगवून सांगितला नि असं आमच्याकडे होणे शक्य नाही. कारण पेशवे पार्कात गोरिला नाही; असं सांगून जमलेल्या मंडळींची दाद मिळवली.

'कॉम्प्युमॅच'शी माझा संबंध यानंतर संपला. आमच्याकडे तसं कुणी लग्नाचं नव्हतं आणि वातानुकूलित, लिपस्टिकमय वातावरणात जायचं आपल्याजवळ साहस नव्हतं. जवळ जवळ प्रत्येक वर्षी कॉम्प्युमॅचच्या वाढदिवसाचं मला आमंत्रण येत होतं. एक दिवस सुरेशच घरी आला, ते लग्नाचं आमंत्रण घेऊनच. त्याचंच लग्न होतं. बोलताबोलता विषय निघाला म्हणून मी म्हटलं,

''काय म्हणतायं 'कॉम्प्युमॅच?' ''

''चाललंय, पण मी आता तिकडे बसत नाही. बाय द वे, लेखक, हे घ्या. तुम्हाला नजराणा, गेल्या पाच वर्षांत आमच्याकडं आलेल्या पत्रांचा. छापा स्वत:च्या नावावर, धमाल आहे,'' असं म्हणून सुरेश निघून गेला.

ती ही पत्रं मी छापतोय. सुरेशचा नवा उद्योग किंवा तो कॉम्प्युमॅचमध्ये का बसत नाही याची मला आजमितीस माहिती नाही. गमतीची गोष्ट म्हणजे आपण संगणकास पत्र लिहितोय ती इंग्रजीतच हवीत, असा बऱ्याच जणांचा ग्रह झालेला दिसला. ही सर्व पत्रे मी मला जमली तशी मराठीत आणली आहेत. कारण मूळ इंग्रजीत या मंडळींना नक्की काय म्हणायचंय, ते कळणं जरा अवघड गेलं. असो. ही पहा ती पत्रे,

प्रिय संगणक

स. न.

सोबत आपला फॉर्म भरून जोडला आहेच. तो माझ्या मुलासंबंधी आहे. आमच्या मुलाची माहिती आपल्याशिवाय कुणास असणार? आमचा म्हातारपणी सांभाळ करील अशी सून आम्हाला मिळवून द्यावी. दर अमावस्येला नेमाने नारळ फोडू.

आपले

×××

प्रिय संगणक

स. न.

आपण आम्हाला एक सत्शील मुलगी शोधून द्यावी. आम्ही ××× तालमीचे वस्तादांकडे कुस्ती शिकलो आहे.

आपले नम्र

पै. बजरंगबाबा मानमोडे

प्रिय संगणक

स. न.

आपण भारतात प्रथमच ही सोय उपलब्ध करून दिलीत याबद्दल आपले आभार मानावे तेवढे थोडेच आहे. आमची पहिली पत्नी तिसऱ्या बाळंतपणात मूल आडवे आल्याने दगावली. दुसरी पत्नी क्षयाने गेली. नंतर आम्ही विवाह केला नाही. आमच्याकडे स्वैपाकास बाई टिकत नाही. कारण न देता निघून जातात अथवा सर्व घरावर सत्ता गाजवू लागल्या म्हणून मुले त्यांना काढून टाकतात. म्हणून आम्ही विवाह करावयाचे ठरविले आहे.

आपला

सोपान ज्ञानदेव महामुनी

मत्प्रिय संगणक

स. न.

लाडक्या,

मला तुझ्यासारख्याच बुद्धिमान जोडीदाराची गरज आहे. माझ्या बुद्धिमत्तेस योग्य ठरेल असा वर अजून मला मिळालेला नाही. मी साहित्यविशारद असून, प्राध्यापिका आहे. 'मराठी, कन्नड आणि सिंधी साहित्यामधील प्रणयविषयक साम्यस्थळे

आणि त्यांचे सामाजिक विश्लेषण' या माझ्या प्रबंधामुळे मला लोक विदुषी म्हणतात. मला एक चांगला विद्वान; शक्यतो टक्कल वा पांढरे केस नसलेला असा पती मिळवून देशील का?

तुझी

प्रा. डॉ. (कु) रजनीगंधा हाकमारे

संगणक महोदय

आपल्या प्रश्नपत्रिका पाहिल्या. आम्हास वधू हवी आहे, प्रश्नपत्रिका नको. संगणक युग आले ते कुठे? साधी वधू मिळवायची तर १०० गुणांची पत्रिका? ३६ गुणांची पत्रिका पाठवित आहो. एक गृहकृत्यदक्ष, आज्ञाधारक, व्यायामाची आवड असलेली; गोरी, नाकी-डोळी नीटस, घरची सुस्थित वधू शोधावी. शक्यतो तिच्या पालकांचा त्रास असू नये.

जय हिंद

आपला

खा. स. देशभक्ते

मा. संगणकसाहेब

सा. न.

आपली जाहिरात वाचून आनंद झाला. आमच्या कुसुमच्या लग्नासाठी आम्ही बरेच जोडे झिजवले हो! कसंही करा; पण आमचा हा वाण खपवा. मंगळाची व बिनमंगळाची अशा दोन्ही पत्रिका सोबत जोडल्या आहेत. आमच्या मुलीस पदरात घेतली (घातलीत) तर आमच्या कातड्याचे जोडे आपल्या पायी घालू. रंग गव्हाळ असा लिहिला आहे; पण त्यातही जरा डावाच आहे. तेवढी ॲडजस्मेंट करावी.

आपला

द. म. लेले

संगणक महाराजांचे सेवेशी,

आदरे कृतानेक शिरसाष्टांग नमस्कार

आपली जाहिरात वाचली. मुद्दाम खासगी पत्र लिहित आहे. कॉलेजमध्ये आमच्या चिरंजीवांना 'कावळा' या टोपण नावाने पुकारत असत. यात त्यांचा तरी काय दोष? आणि आमचा तरी? खाण तशी माती, असं पूर्वापार चालू आहे. घराण्याचा रंग बदलावा असे मनात आहे. गरीब सून चालेल पण या

कागदापेक्षाही गोरी असावी. परदेशी सून करायची तयारी आहे. पैसा आड येणार नाही. आम्ही हवा तेवढा देऊ. आमच्या घराण्यावर आपल्या कृपेने 'व्हाईटवॉश' मिळावा ही इच्छा.

आपला कृपाभिलाषी
ल. ई. ऊर्फ लखू काळभोर

एकूण पत्रांतून अशा खूप अपेक्षा होत्या. प्रत्येक 'पर्फेक्ट मॅच' मागणाऱ्या या पत्रांबरोबर सोबत फक्त पन्नास रु. चा डिमांड ड्राफ्ट जोडण्यात येत असावा, कारण तशी अट जाहिरातीत होती. म्हणजे सुरेशनं बरा धंदा केला असणार. शेवटच्या पत्रावर कॉम्प्युमॅच सुरू झाल्यापासून १ महिन्याची तारीख व २२१७ असा क्रमांक होता म्हणजे गेल्या काही वर्षांत यानं बराच पैसा केला असावा हे उघड होतं.

दरम्यान, सुरेशचं लग्न होतं म्हणून आम्ही लग्नास गेलो. नवरा-नवरी खरोखरच लक्ष्मी-नारायणाप्रमाणे शोभत होती. प्रेझेंटचा सोपस्कार उरकल्यावर मी त्याला बाजूस घेतले. तर त्यानं आपल्या पुतण्यास हाक मारली. त्या पुतण्यानं लगेच आणखी एक गठ्ठा मला दिला. "तो पहिला गठ्ठा वाचलास ना? आता हा वाच, यातही मागच्यासारखी काही सँपल्स आहेत. तुझ्या सर्व प्रश्नांची उत्तरं तुला सावकाश देईन."

असं म्हणून सुरेश हस्तांदोलनासाठी हात पुढे करत स्टेजच्या मध्याकडे गेला.

मिस्टर कॉम्प्युटर,

यू हॅव डिसअपॉइंटेड मी. मला लिबरल मुलगी चालेल असं मी स्पष्ट लिहिलं होतं. लग्न जमवण्यासाठी कॉम्प्युटर वापरणारी मुलगी मागासलेली थोडीच असेल? या विचारानं तिला मी पॉश हॉटेलमध्ये नेली. जरा जवळ तोंड नेऊन बोलायला सुरुवात करताच तिनं टूथपेस्टच्या जाहिरातीत वळवतात तसं तोंड वळवलं. टी.व्ही. बघून हे करता येतं तर अनेक इतर गोष्टीही यायला हव्यात. उदा. माला-डी ची जाहिरातही ती बघत असावी. तिनं मोठ्यानं 'चप्पल काढीन' असं म्हणणं योग्य ठरतं का? अशा तऱ्हेनं मला 'फॉर्वर्ड मुलगी' कशी मिळणार?

आपला
सदा शालूकर

सन्माननीय संगणकसाहेब
स. न.
धन्यवाद! धन्यवाद! धन्यवाद!

आपल्याला लग्नपत्रिका पाठविली. आपण लग्नास आला नाहीत. हे काही चांगलं नाही. हे पत्र आम्ही दोघं मिळून लिहितो आहो. आपण जाहिरातीत

वापरण्यास आमची हरकत नाही. आपण आश्वासन दिल्याप्रमाणे 'कॉम्प्युमॅच मेक्स अ पर्फेक्ट मॅच'. तिच्यावतीने धन्यवाद.

आपले
श्री. व सौ. उत्तम संसारे

या पत्रासोबत त्यांचा फॉर्म होता. उत्तमराव ठार बहिरे व मुके असून, त्यांची पत्नी अतिबडबडी व आंधळी आहे; हे फॉर्मवरून स्पष्ट होत होते. या पुढचे पत्र आहे तसे देणे शक्य नाही. जे छापता येणे शक्य आहे तेवढे छापत आहो.

कॉम्पट्या भडव्या,

तुझ्या ××× मायला ×××××× कुठल्या भोसडीच्यानं ही कल्पना काढली. तू जो पत्त्या दिलास त्यावर एक पैलवान राहत होता. मी तिथं पोचलो व लग्नास आलोय म्हणल्यावर त्यानं मलाच धरलं. तो लग्नाचा होता.

(दोन पॅरिग्राफ अश्लील व बीभत्स शब्द)

काल हॉस्पिटलमधून आलो. पावण्याकडून विंचू मारतात हे ऐकलेलं पण असा मारतात हे प्रथमच कळलं. एक ना एक दिवस तुझं ऑफिस बाँबने उडवणार.

— या पत्राखाली सही नाही.

त्यातला त्यात वरील भाषा वाचनीय आहे.

मा. संगणक
स. न.

आपण लग्न जुळवून दिलंत. आता यातून सुटका करून द्याल का?

आपला
एक त्रस्त ग्राहक

संगणकशेठ

आमची बायडी पळून गेली. आता बिनपैशामंदी दुसरी मिळवून देल तर चोक्कस होयेल. आमीबी खराब माल बदलून देते.

आपला
घेलाशेठ

आता इथं काय बोलणार?

संगणकभैया

स. न.

तुझ्या सल्ल्यानुसार लग्न केलं. वेड्या, लग्न म्हणजे दोन जिवांचं कायमचं बंधन. ते तुला कसं कळणार. यांचा स्वभाव तसा करारी आहे. यामुळे ते बोलत नाहीत याचा मला खेद नाही; पण तो राग दिवे बंद केल्यावर फारच तीव्रतेने व्यक्त करतात, यापेक्षा दिवसा ते थोडं बोलतील तर बरं होईल. भाजीत मीठ जास्त पडल्याचं निमित्त करून असं वागणं योग्य आहे का? तूच यांना सांग. तुझ्या पत्त्यावर त्यांना पाकीट टाकताना बघितलंय.

तुझी भगिनी

माया पोटभरे

श्री. संगणक यास

स. न.

आपल्या सल्ल्याने आमच्या भगिनींचा शरीरसंबंध श्री. अण्णासाहेब डोके यांच्याशी जुळून आला; पण श्री. अण्णासाहेब यांचा आपल्या आडनावाशी संबंध आहे असे त्यांच्या वागण्यावरून वाटत नाही. ते आमचेकडे सतत पैशाची मागणी करतात. ज्याप्रमाणे एकदा सोडलेला बाण परत घेता येत नाही त्याप्रमाणे एकदा कन्यादान केलेली भगिनी आम्ही परत घेऊ शकत नाही. आमच्या भगिनीस अपाय झाल्यास आपणासही आरोपी करण्यात येईल. या पत्राची पोच द्यावी.

कळावे

आपला

गदाधर दंडपाणी

संगणकसाहेब,

कालच मधुचंद्राहून परतलो. ही लगेच माहेरी जायचं म्हणत्ये. दरम्यान बदलीवाली पाठवू शकाल काय?

आपला

श्रीकृष्ण कर्मवीर

हीही पत्रं वाचून झाली. यातलं अगदी शेवटचं पत्र खरंच चांगलं होतं.

श्री. संगणक

स. न.

आपल्या ऑफिसातली फॉर्म स्वीकारणारी मुलगी मला आवडली. पुढे काय?

आपला

प्रेमकांत प्रभू

सर्वच पत्रं इथं देणं उचित नाही. लोकांची पत्रं वाचण्यातही एक अनोखी मजा असते शिवाय संगणकाला लिहिताना लोकांनी खूप मोकळेपणा दाखवल्याचे जाणवले. तरीही सुरेशनं दुसऱ्या उद्योगात का शिरावं, हे कळेना. सहा महिने त्याची भेटच झाली नव्हती. मग एक दिवस नेहमीप्रमाणे अनपेक्षितपणे तो भेटला. मीच त्याला म्हटलं,

"चला चहा घेऊया!" त्यानं लगेच रिक्षा थांबवली. आम्ही लगेच रिक्षातून कॅम्पात गेलो, सामोसे खाऊन होईपर्यंत त्यानं मला बोलूच दिलं नाही. याचं बिल काय होईल? हा विचार माझ्या मेंदूच्या कोपऱ्यातून मला खुणावत होताच; पण तरीही सुरेशबद्दलची एकूण उत्सुकता गप्प बसू देत नव्हती. सामोसा संपवून तो म्हणाला,

"फायर!"

मला कुठंच आग दिसेना. मी इकडं बघू लागलो. तेव्हा आमचा भोटपणा त्याच्या लक्षात आला.

"तो फायर नव्हे रे, 'तुझे प्रश्न गोळीसारखे येऊ देत!' या अर्थानं फायर म्हटलं. इंग्रजी चित्रपट पाहत नाहीस वाटतं."

"जाहिराती बघतो." मी म्हणालो,

"हे बघ! ती पत्रं वाचलीस ना? वाचणारच! लोकांचा पत्रव्यवहार वाचण्यात चंमतग असते. मजा वाटली असेल, काही लिहिलंस का?"

"कुठला लिहितोय? काही सुचेना!"

"मग मी पत्रं तशीच छापायची!"

"तो विचार आला होता रे मनात!'

"मग घोडं कुठं अडलं?"

"लोकांची पत्रं आपल्या नावावर कशी छापायची? ते जाऊ दे. सध्या तू करतोस काय? असतोस कुठे? त्या 'कॉम्प्युटरमॅच इज परफेक्ट मॅच'चं काय झालं?"

"याला 'फायरिंग लाईन' म्हणतात. आता सांगतो नि बिल मीच देणार आहे तू काहीही मागव!"

तेवढ्यात मला हायसं वाटून गेलं. मग 'एग पकोडा' मागवून तो बोलू लागला.

"सध्या मी पाळणाघर चालवतो. का ते नंतर सांगतो. त्या कॉम्प्युमॅचला एक मॅनेजर ठेवलाय. काय झालं, तिथं भरपूर पत्रं येऊ लागली. लोकांची लग्नंही जुळली. उत्पन्न सुरू झालं, एक दिवस पत्र आलं, 'तुमच्या प्रोग्रॅमर लग्नाच्या आहेत का?' ते मी तिला दाखवलं तर ती म्हणाली, 'सर, हे अक्षर तर तुमच्यासारखंच वाटतंय, निदान लांबून तरी,' मी म्हणालो, 'छे! मी कशाला तुला असं पत्र लिहीन?' तर ती म्हणाली, 'म्हणजे मग काय सरळ सरळ विचाराल?' यावर मी चक्रावलो. तिला म्हटलं, 'अगं, खरंच तसं काही नाही.' तर तिनं विचारलं 'माझ्यात काय वाईट आहे?' तेही खरंच होतं. 'सर, माझे पप्पा-मम्मी म्हणतात, तुझे सर लग्न का करीत नाहीत?" आमची ताई म्हणते ते स्वत:साठी पर्फेक्ट मॅच शोधताहेत, दादा म्हणाला...'

एवढं बोलून ती थांबली.

'काय म्हणाला दादा तुझा?' मी विचारलं, तर ती म्हणाली, की तिचा दादा म्हणाला की, त्याला बेबी समोर असून दिसत नसेल, तर तो आंधळा तरी आहे किंवा पागल तरी... सर, तुम्ही तसे नाही ना हो? आणि मी तसा नाही हे मी ऑन द स्पॉट सिद्ध करण्यासाठी तिला जवळ खेचली. ते असो तर आमचं लग्न झालं. कॉम्प्युमॅचच्या पाच शाखा नि पत्रिका करून देण्याची सोय चालू केली. मग एक मॅनेजर नेमला. दरम्यान, आम्हाला अपत्य झालं. आता आम्हाला दोघांना कामावर जावंच लागतं. घरी कुणाला ठेवावं तर ही गडीमाणसं चोऱ्या तरी करणार, नाहीतर इन्कम टॅक्सवाल्यांना माहिती देणार. बाहेर एके ठिकाणी चौकशी केली तर म्हणाले, 'पाळणाघर १० ते ५, दूध तुमचं, बँक हॉलीडे, सर्व सण व शनिवार-रविवार सुट्टी, २०० रुपये. पुढच्या महिन्यात जागा होईल.'

मी विचार केला दोनशे रुपयांत दोन बाया ९ ते ६ ठेवल्या तर चारशे रुपये होतील. कॉम्प्युमॅचच्या ब्रँचमध्ये पोरांचे पैसे गोळा करायचे. दोन बायका बारा मुलं सहज सांभाळतील. पाच शाखांच्या जवळ पागडी देऊन जागा घेतल्या. पैशाचं करायचं काय? पाळणाघरामागं हजार सुटतात. वर्षात पागडी भरून निघते. आता फ्लॅटच घेतोय त्यासाठी...!"

मी अवाक् झालो होतो. चहा आला– सुरेश बोलायचा थांबला.

"अरे पण, हे थांबणार कुठं? उद्या मुलांना शाळा!"

माझं वाक्यं पुरं व्हायच्या आत तो म्हणाला,

"दॅट्स ॲन आयडिया, समजा, आत्ताच एक नर्सरी सुरू केली तर!"

त्यानं चहाचा घोट घेतला. मी त्याच्या चेहऱ्याकडं बघत होतो. त्याचा चेहरा

एका वेगळ्याच ऊर्मीनं उजळून निघाला होता. माझी आता खात्री पटली की, काही दिवसांतच तो माझ्याकडं नर्सरीचं नाव विचारायला येणार.

सध्या माझ्या डोक्यात फक्त तेच विचार चालू असतात. नर्सरीसाठी चांगलं नाव कोणतं याचे.

■

अनूचा राजा

"**रा**जा! एऽऽ राजा!' ही प्रेमळ सुरातली हाक ऐकून राजा दचकला. त्याने वळून त्या आवाजाच्या दिशेने पाहिले. राजाच्या जागी दुसरा कुणी असता, तर खचला असता. त्या व्यक्तीला 'हार्ट' असतं, तर तो खपला असता. 'हार्ट' म्हणजे हृदयविकार; पण आपण आंग्ल भाषेत अभिमान धरणारे लोक हृदयविकारासारखे अवघड शब्द टाळतो नि नुस्तंच हार्ट म्हणतो. राजाला त्या क्षणी तरी हार्ट नव्हतं. त्याला या भागात कुणीही प्रेमाने हाक मारणे शक्य नव्हते हे त्याच्या दचकण्याचे कारण आपण क्षणभर गृहीत धरले, तरी त्याचे त्या भागात फिरण्याचे कारण इतके भक्कम होते, की त्याचे हार्ट फेल होणे शक्य नव्हते. कारण जो अवयव बंद पडल्यामुळे तो मरणार होता तोच मुळी गेले काही दिवस चोरीला गेलेला होता. ती घटनाही अशीच आकस्मित घडलेली होती. तेव्हापासून राजा स्वप्नसृष्टीतच वावरत होता, अन् स्वप्नसृष्टीत मृत्यूस स्थान नसते.

त्या दिवशी राजाला त्याच्या आईने उठवले तेव्हा तो भयंकर खवळला होता. त्याची आई ही त्यांच्या कुलदेवतेची जाज्वल्य भक्त होती. तिला बहुधा असुरांना भाल्याने मारणाऱ्या त्या देवीचा साक्षात्कार झाला असावा! सुट्टीसमयी आनंदाने वामकुक्षी करणाऱ्या राजाला ती नेहमी बरगडीत बोटं किंवा काठी टोचून जागं करीत असे.

तुम्ही 'एण्टर द ड्रॅगॉन' बघितलाय, त्यात 'हान्ह'च्या बेटावर ती मंडळी तापलेल्या वाळूत बोटं खुपसून आपली बोटं मारामारीसाठी कडक करून घेतात. राजाच्या मते त्याच्या आईनेच ही प्रथा प्रथम सुरू केली असावी. ती एकच बोट राजाच्या बरगडीत खुपसत असे; पण हूंऽऽऽ असं करून राजा जी उडी मारीत असे त्यामुळे प्रत्यक्ष ब्रूस लीसुद्धा भांबावला असता. मेला बिचारा पण त्यामुळे तो या विद्येस मुकला. असो.

त्या दिवशी राजा असाच जागा झाला. त्याला क्षणभर काहीच जाणवले नव्हते. मग समोर मातामाऊली दिसली. त्याने डोक्यास झटका दिला नि परत आडवं व्हायची तयारी केली.

"ऊठ! ४ वाजत आलेत. आपल्याकडे लोक यायचेत चहाला. झटकन बेकरीत जाऊन ये!"

"कोण यायचंय?"

"मावशी, राणी, रवी! मावशी अंड्याचा खुर्मा करायला शिकवणार आहे. मला. अंडी घेऊन ये, नीट बघून आण!"

"पण तू मावशीकडे जाऊन का नाही शिकत?"

"तोंड वर करून बोलू नकोस, मेल्या!" खाली मान घालून डोळे चोळणाऱ्या राजाला आपण वर मान करून कधी बोललो हे कळेना; पण आपल्या प्रश्नातला फोलपणा त्याच्या लक्षात आला होता. कारण ही कल्पना त्याचीच होती. आई असं काही शिकली तर त्याच्याच पथ्यावर पडणार होतं. त्याने घाईघाईने तोंडावर पाणी मारले. जीनमध्ये पाय खुपसले नि तो बेकरीच्या दिशेने निघाला.

राणी व रवी हे त्याचे मावसभाऊ. राणीचं खरं नाव वेगळंच होतं; पण 'माझी राणी ती' असं त्याच्या आईने सतत म्हणून तिचं नाव राणीच पडलं होतं. त्यामुळे आपलं लाडकं नाव राजा पडल्याबद्दल राजाने देवाचे वारंवार आभार मानले होते. नाहीतर असंच काही तरी बाळू, राणी, टिंकू असलं टोपणनाव पडलं असतं, तर त्याच्या मित्रांनी त्याला फाडून खाल्ला असता. या विचारात तो बेकरीत पोचला.

बेकरीत कुणीच नव्हतं. म्हणजे गिऱ्हाईक नव्हतं. विक्रेता स्टुलावर बसून रहस्यकथा वाचत होता. राजाचे काऊंटरच्या काचेवर हातातल्या नाण्याने आवाज केला. बहुधा कुणीतरी कुणाच्या तरी बरगडीत सुरा वगैरे खुपसत असावा किंवा हीरोने हिरॉइनची सुटका करण्यासाठी व्हिलनशी नुकतीच मारामारी सुरू केलेली असावी. कारण त्या काऊंटरमागचा माणूस अतिशय दचकला व नंतर कडवट चेहेरा करून "काय पायजेल?" असे खेकसता झाला.

"दोन डझन अंडी, ४ मोठे ब्रेड, आधी मला एक पेस्ट्री!" राजा ऑर्डरला.

मोठी ऑर्डर बघून मो बेकरीवाला खूष झाला. त्याने तातडीने राजाला एक चांगली पेस्ट्री काढून दिली. राजा आता त्या पेस्ट्रीचा आस्वाद घेणार होता.

आंग्ल भाषेत एक म्हण आहे, 'देअर इज ऑल्वेज ए गॅप बिट्वीन कप अँड लिप्स!' तीच म्हण आपण जरा सुधारली तर 'देअर वॉज ए गॅप बिट्वीन द पेस्ट्री अँड राजाज् लिप्स!' असं आपल्याला म्हणता येईल. (सदरहू कथालेखकाचं इंग्लिश ब्रिटिश नाही, त्यात कंपॉझिटर व प्रूफ करेक्टर दात-ओठ खाऊन आमच्यावर सूड उगवायला बसलेले. अशा परिस्थितीत वरच्या वाक्याचं जे काय झालं असेल

ते असो.) पण राजाला ती पेस्ट्री खायला मिळाली नाही हे मात्र अतिशय दारुण सत्य होतं. नंतर त्याने जे खाल्लं त्या लगद्याला पेस्ट्री म्हणणं राजाला तरी काही शक्य नव्हतं.

मी त्या लगद्याला काही विशेषणे लावू शकेन पण मला तो अधिकार नाही. राजाची गोष्ट आहे ती. घडली तशी सांगणे किंवा सच्चिदानंदे बाबा आदरू... अशी लिहून काढणे हे माझे काम. त्यात मी मधेच माझ्या चार ओव्या घुसडून कसे चालेल? सच्चिदानंदबाबांनी फक्त ज्ञानेश्वर बोलतील ते लिहून घ्यायचं, स्वत: ओव्या करायच्या नाहीत हा दंडक इसवी सनाच्या तेराव्या शतकापासून चालत आलाय. याचा अर्थ राजा ज्ञानेश्वर झाला, असा नव्हे; पण मी तरी कुठे सच्चिदानंद आहे?

हां! तर काय सांगत होतो, राजा हातातली पेस्ट्री तोंडाकडे नेत होता. एकाएकी त्याच्या हाताला धक्का बसला. ती पेस्ट्री त्याच्या हातातून बेडकासारखी टुणकन उडाली.

पेस्ट्री बेडकासारखी टुणकन उडते की नाही हे मला माहीत नाही. फॉर दॅट मॅटर बेडूक उडताना (?) टुणकन आवाज येतो की नाही हेही मला माहीत नाही. पण जर एखादी पेस्ट्री बेडकासारखी उडत असेल, तर ती नक्कीच राजाच्या हातातून त्याक्षणी उडालेल्या पेस्ट्रीसारखी उडत असणार.

ती पेस्ट्री उडाली, काऊंटरच्या कडेला आपटली, राजाने शिताफीने जमिनीपासून काही इंचांवर ती पकडायचा प्रयत्न केला. त्याच्या गल्लीतल्या क्रिकेट टीमचा तो सोलकर होता. हातात पेस्ट्री धरून तो आडवा झाला. पेस्ट्री जमिनीला टेकू नये म्हणून त्याने हात वर केला आणि कुणी तरी 'ओय!' असं ओरडलं. काऊंटरची काच फुटलेली नाही हा विचार त्याही क्षणी त्याच्या मनात आला खरा पण तो काऊंटर चांगला तीन इंच आत सरकला होता. त्याच्या आवाजातूनही राजाला आणखी काही शब्द ऐकू आले. त्या ओव्या नक्कीच नव्हत्या, म्हणजेच त्या शिव्या होत्या. आतून त्या ज्या शिव्या येत होत्या त्यावरून आतल्या माणसाच्या हातून अंड्याची पिशवी दर सेकंदास ३२ वर्गफूट या प्रवेगाने जमिनीकडे धाव घेती झाली असावी हे त्याच्या लक्षात आले. तो क्षणभर क्षितिजासमांतर असा जमिनीवर विसावला नि मोकळ्या हाताने जमिनीचा आधार घेऊन तो उभा राहिला तेव्हा त्याच्या असं लक्षात आलं, की आपल्या रिकाम्या नसलेल्या हातात एक हात आहे, तो गोरा आहे. नाजूक आहे आणि त्या हाताच्या व आपल्या हाताच्या जात्यात त्या पेस्ट्रीचं पीठ झालं आहे.

त्याने वर पाहिले. तिने त्याच्याकडे बघितले. नजरोंको नजरें मिली वगैरे –वगैरे साठी हिंदी पिक्चर बघा. सारांश काय तर तो तिच्या प्रेमात पडला होता. ती त्याच्या

प्रेमात पडली होती की नाही त्याला माहीत नव्हते. आणि तीच तरुणी आता त्याला 'राजाऽऽऽ' म्हणून हाक मारत होती. (हे काय मध्येच, असं वाटलं तर गोष्टीची सुरुवात आठवा.)

तत्पूर्वी बेकरीचा सीन कंप्लीट करू देत. राजा तिला सॉरी किंवा इतर काहीही म्हणायच्या आत तीच गोड आवाजात "सॉरी हं!" असं म्हणाली. "चालायचंच!" असं म्हणत राजाने बोटं चाटायला सुरुवात केली, मग त्याच्या लक्षात आलं की तिचा हात आपल्याच हातात अजूनही आहे. तो पुन्हा एकदा सॉरी म्हणला.

"एक्सक्यूज मी! तुम्ही माझा हात सोडलात तर बरं होईल!" ती म्हणाली.

"मीही तुम्हाला तेच म्हणणार होतो!" असं म्हणून राजाने तिचा हात सोडला होता. त्यानंतर आपापली खरेदी पूर्ण करून ते आपल्याला वाटेने घरी गेले होते. ती कदाचित तो प्रसंग विसरूनही गेली असेल; पण तो प्रसंग या घरटंचाईच्या काळातही राजाच्या मनात घर करून बसला होता. हे सर्व फ्लॅशबॅक तंत्राने राजाच्या मनात येऊन गेलेले विचार आता आपण बघितले. फ्लॅशबॅक संपवून राजा वर्तमान काळात आला तेव्हा सुखावला होता.

त्याने परत त्या आवाजाच्या मालकिणीकडे बघितले. तिने पुन्हा हाक मारली "राऽऽजा!' मग राजाच्या लक्षात आले, की आपल्याला तिचं नाव ठाऊक नाही. याचाच अर्थ आपलं नाव तिला ठाऊक असायचा काहीही संबंध उद्‌भवत नव्हता. पण तिनं आपलं नाव शोधून काढणे ही केवळ अशक्य अगदी स्वप्नातही अशक्य गोष्ट होती हे त्याला कळत होते. मग तिला अतिंद्रिय मानस शक्तींचा, टेलिपथी वगैरे गोष्टींचा सराव होता की काय?

"अहो! शूऽऽ!" आता ती नक्कीच त्याच्याशी बोलत होती. तिने त्याला ओळखलंही असावं. आता राजाचा चेहेरा खुलला. राजा तिच्याकडे बघून हसला. ती ओरडली "अय्या! तुम्ही, जरा प्लीज आमच्या राजाला शोधून आणा ना! साखळीसकट पळून गेलाय मेला! मगापासून हाका मारते कुठं गेलाय कुणास ठाऊक?"

राजा साखळीसकट पळून गेला त्याचा अर्थ राजा कुत्रा असावा हे आपल्या कथानायकाच्या चाणाक्ष बुद्धीने केव्हाच ताडले होते. साखळी लावलेले प्राणी म्हणजे कुत्रे, माकड व मुंगुस. म्हणजे त्यांच्या एका बायॉलॉजीच्या प्रोफेसरकडे हे तीन प्राणी साखळीने बांधलेले असत; पण ही सुंदरी माकड किंवा मुंगसाच्या वाटेला जाणं शक्यच नव्हतं. तेव्हा राजा हा कुत्रा असणार हे उघड होतं.

आता कुत्रा म्हटला की त्यात अनेक प्रकार येतात; पण अत्यंत दुर्दैवाची गोष्ट ही की सर्व कुत्री भुंकतात आणि वेळी प्रसंगी चावतात. मग इंजेक्शन वगैरे भानगडी आल्या. एवढे शास्त्रीय शोध लागतात पण कुत्र्याची भीती न वाटण्याचा उपाय

कुणी का शोधत नाही? आणि इथे ही बया आपल्याला कुत्रं धरून आणायलस सांगत्ये!

राजा या विचाराने शहारला. ज्या बाईसाठी आपण सात समुद्र पार करून राक्षसाचे काळीज आणले असते (अरे रे! गेले ते दिवस!) त्या बाईने कुत्रे आणायला सांगताच आपण तिला बया म्हणावं. राजा निश्चयाने इकडे तिकडे पाहू लागला. मागे एकदा त्याने कुत्र्याची गाडी आल्यावर कुत्री कशी पळ काढतात हे बघितलं होतं. मनातल्या मनात त्याने त्या गाडीचे स्मरण केले आणि मन एकाग्र करून तो कुत्र्याच्या शोधार्थ निघला. अर्जुनाला जसा पोपटाचा फक्त डोळा दिसत होता तसे याला साखळीचं टोक बघायचं होतं.

तो निघाला. तो दचकला. तो पडला. सत्पालने इतर पहिलवानांची जी अवस्था केली त्या अवस्थेत तो पडला. खरं म्हणजे या निनावी मुलीमुळे तो दुसऱ्यांदा पडत होता. त्यात जी मुलगी कुत्र्याचं नाव राजा ठेवते ती राजा नावाच्या माणसाच्या गळ्यात साखळी बांधून फिरल्याशिवाय राहणार नाही हे त्याने लक्षात घ्यायला हवे होते; पण प्रेमात पडलेल्या राजाचा पडणे हा स्थायीभाव झाला होता.

प्रेमात व युद्धात सर्व क्षम्य असते या म्हणीच्या कर्त्याला नीती-अनीती या गोष्टीपेक्षाही प्रेमात आणि युद्धात मूर्खपणा चालायचाच असं म्हणायचं असावं. राजाने पायातली साखळी सोडवली व सात्त्विक संतापाने त्या कुत्र्याच्या पेकाटात लाथ घातली आणि नंतर त्याच्या लक्षात आले, की हाच प्रख्यात राजा. आयुष्यात कुत्रे या प्राण्याला वचकून राहाणाऱ्या राजाने नेमके नको तेव्हा शौर्य दाखवले होते. पण राजा तसा चाणाक्ष. लगेच त्याने राजाला कडेवर उचलून घेतले नि तो वर निघाला.

त्याच्या झालेल्या स्वागताला वृत्तपत्रीय भाषेत मिश्र स्वागत असे म्हणता आले असते, तर राजाच्या (कुत्रा) स्वागताला 'रावझिंग वेलकम्' असा शब्दप्रयोग करायला हरकत नव्हती. तिने राजाकडून त्या कुत्र्याला जवळजवळ खेचूनच ताब्यात घेतले. या प्रयत्नात त्यांचा पुन्हा एकदा हस्तस्पर्श झाला. राजा मोहरला पण लगेच भानावर आला. कारण कुत्र्याची साखळी त्याच्या बुशशर्टाच्या आत गेली होती. तिचा हिसका बसून त्याचे बटण सुटले. ती परत खेचली गेली. 'ओ यू नॉटी बॉय!' असं म्हणत डोळे मोठे करून तिने त्या कुत्र्याच्या पाठीवरून हात फिरवताच आपला कथानायक कारण नसताना शहारला.

"राजा! लागलं का रे?" या त्या कुत्र्याला विचारलेल्या प्रश्नामागोमाग "आमच्या राजाला लाथ मारताना तुम्हाला काहीच कसं वाटलं नाही?" हा प्रश्न त्या सुंदरीने आपल्या राजाला विचारला. यावर राजाकडे काहीच उत्तर नव्हते. ती सुंदरी त्या कुत्र्याला घेऊन आत गेली. राजाला काय करावं सुचेना. तो नुसताच उभा

राहिला. आत जावं की जाऊ नये हा प्रश्न हॅम्लेटला सतावणाऱ्या प्रश्नाच्या तीव्रतेने त्याच्यासमोर नाचत होता. शेवटी राजाला 'बायकांची जात ही अशीच, राजा धरला तरी चावते राजा धरला तरी पळते' असा एक सुविचार सुचला व तो जाण्यासाठी वळला. 'हरामखोर साली' असा एक होल्डिंगच्या दर्जाचा बंपरही त्याच्या मनाने मारला 'पण ती चिडल्यावर मोहक दिसते!' असा दुसऱ्या मनाने पहिल्या मनाला हुक शॉट मारला. राजा द्विधा मन:स्थितीत सापडला होता.

बा वाचका, इथपर्यंत वाचलंच असशील, तर पुढचा पॅरिग्राफ वाचू नकोस. चक्क उडी मारून त्यापुढे जा! आम्ही आता राजाच्या मन:स्थितीचं दर्शन घडवणार आहोत.

गोते खाणारा पतंग किंवा पतंगाचा पेच होऊन कटलेला पतंग, प्रवाहातून बाहेर पडण्यासाठी धडपडणारा माणूस वगैरे वगैरे सारखं राजाचं मन आणि चार रूम्स-किचनच्या फ्लॅटमध्ये राहणारी ती अनामिका... चार रूम्स-किचन? म्हणजे ती श्रीमंत असणार. म्हणजे आपला तिचा काहीच संबंध नाही. राजा तसा तत्त्वनिष्ठ होता. श्रीमंत मुलीशी लग्न केलं तर लोक पैशासाठी लग्न केलं म्हणतील, शिवाय या उच्चभ्रू लोकांच्या मुलीशी हळू आवाजात बोलावं लागतं या दोन गोष्टींनी फार लहानपणापासून राजाच्या मनावर कब्जा मिळवलेला. त्यामुळे आपण आपली नजर फक्त मध्यमवर्गीय मुलींकडेच वळवायची असा त्याचा पण होता. एखादी गोरी मुलगी गाडीत बसलेली असेल, तर ती कितीही सुदृढ असली तरी त्याला ॲनिमिकच वाटत असायची.

आता राजाचा निश्चय पक्का झाला. तो वळला आणि भूतलाला किंवा त्या चौथ्या मजल्यावरच्या गॅलरीला नमवीत नमवीत जिन्याच्या दिशेने निघाला.

"प्रेम इज प्रेम! श्रीमंत झाली म्हणून काय झालं." या विचाराने जिन्याच्या वरच्या पायरीवर तो थबकला.

"अहो! असे चाललात काय?" मागून ती तरुणी पळत आली. "रागावलात?" तिने डोळे खूप मोठे करत विचारले. द. आफ्रिकेत जसं काही कृष्णवर्णीयांना ऑनररी व्हाइट किंवा मानद गौरवर्णी बनवतात तसं मनातल्या मनात त्या तरुणीला मानद मध्यमवर्गी बनवण्याचं राजाने ठरवलं आणि "असं म्हणजे कसं?" असा प्रतिप्रश्न केला.

"आत तर येऊन जाल?" त्या मानद मध्यमवर्गीय तरुणीच्या त्या विनंतीस त्याने मान द्यायचे ठरवले.

"राजाला बांधलाय ना?"

"होऽऽ! अय्या त्या एवढ्याशा कुत्र्याला एवढे घाबरताय?" तिने पुन्हा एकदा डोळे मोठे करून छातीवर हात ठेवत विचारलं.

'त्या हातांच्या जागी आपले हात असते तर?' एक चुकार विचार राजाच्या डोक्यात येऊन गेला. त्याने तो झटकला नाही. पाठमोऱ्या अनामिकेच्या मागोमाग तो आत गेला.

"आई, ते आलेत बघ!"

ते म्हणजे कोण? जुन्या काळातले 'ते' तर नव्हेत. राजाची दिवास्वप्ने वाढू लागली.

"बसा ना. ही माझी आई! आई! यांनी राजाला पकडून आणलं! अय्या! मला तुमचं नावच ठाऊक नाही!" ती अनामिका म्हणाली.

"मला तरी तुमचं नाव कुठं ठाऊक आहे, नमस्कार!" यातला नमस्कार अनामिकेच्या मातोश्रींना.

"माझं नाव अनामिका!"

आयला! ही काय आपलं माप काढते का काय?

"हॅ! हे काय नाव आहे?"

"हो! अनूचं नाव अनामिका!"

"माझं नाव राजा!"

"अय्या! होऽऽ!"

"त्यात अय्या करायला काय झालं!" राजा उगीचच खवळून म्हणाला.

"असे चिडता काय हो तुम्ही? काय घेणार?" आई मध्ये पडली. तिच्यातली गृहिणी जागी झाली होती.'

"काही नाही!" स्वच्छ व स्पष्ट बोलायचा आपला बाणा चालवत राजा म्हणाला. अनामिकेने आतून बशीतून बर्फी आणली. राजा सुखावला. चांगल्या पाच-सात वड्या त्या बशीत होत्या. मग त्याला मॅनर्स नावाच्या एका वाईट प्रकाराची आठवण झाली. म्हणजे आता यातली एकच वडी खावी लागणार. मोठ्या माणसाने "वा:! छान!" म्हणत सगळ्या वड्या खाल्ल्या की त्याला मोकळेपणा म्हणायचं, नि आपल्या सारख्यानं खाल्लं की मॅनरलेस. ठीक आहे. तर आपण मोठे झाल्यावर या मंडळींना आपल्या मोकळेपणाच्या आठवणी लिहायची संधी मिळू द्यावी असा राजाने विचार केला. कॉफी घेऊन अनामिकेशी गप्पा मारून राजा परतला तेव्हा खुशीत हसत होता. त्याला कारणही तसेच होते.

राजा हा माणूस कितीही सरळ असो. पाण्यात पडल्यावर जसा माणूस पोहायला शिकतो त्याचप्रमाणे प्रेमात पडल्यावर माणूस चालू लागतो या नियमाला जागला. तसं बघायला गेलं तर हा चालूपणा नव्हता. हे एक समाजकार्य होते, अशी त्याने स्वत:ची खूप समजूत घातली असेल. पण अनामिकेबरोबर अनामिकेच्या पैशाने रिक्षातून फिरायची अपॉइंटमेन्ट त्याने अनामिकेच्या आईसमोर फिक्स केली

होती.

अनामिकेच्या राजाने अनामिकेच्या अंगावर उडी घेतली होती. तिने राजाला झटकले. 'नखं लागली की मेल्या तुझी!' हाच तो हाफचान्स. राजाने तातडीने सूर मारून त्या अर्धवट संधीचा कॅच केला.

"अनु, एक मिनीट, तुम्ही राजाला अँटीरेबीजचं इंजेक्शन दिलंय?" राजाने स्वरात काळजी आणली होती.

"राजा! हलकट मेल्या!" अन् पुन्हा राजाकडे पाहत किंचाळती झाली.

"अहो पण मी काय पाप केलं?"

"तुम्ही नाही हो! आमचा राजा!"

"मग ठीक आहे. पण त्याला अँटीरेबीजचा डोस दिलाय?" कुठंतरी ऐकलेल्या माहितीचा उपयोग राजाने योग्य वेळी केला.

"नाही हो!"

"कमाल आहे तुमची, तुम्ही एवढी साधी काळजी घेत नाही." डबलसीट पकडल्यावर 'तुम्ही शिकलीसवरलेली माणसं!' असं म्हणणाऱ्या पोलिसाच्या सुरात राजा उद्‌गारला,

"कसली काळजी?"

मग तर काय राजाला जोरच चढला. त्याने प्रत्येक कुत्र्याला रेबीज नावाचा रोग होण्याची शक्यता कशी असते. असा रोग झालेल्या कुत्र्याचा चावा कसा भयानक असतो हे सगळ्यांना नीट समजावून सांगितले. सगळ्यांना म्हणजे अर्थातच अनामिका व तिच्या आईला. नंतर त्याने फार पूर्वी बघितलेल्या एका इंग्लिश सिनेमाचीही गोष्ट त्यात घुसडली व अखेरीस राजाला अँटीरेबीजचे इंजेक्शन देणे कसे आवश्यक आहे हे अनामिका व तिच्या आईला पटवून देण्यात आपल्या राजाला यश आले.

"म्हणजे आमच्या राजाला इंजेक्शन द्यायचं?"

"हो, नाहीतर तुम्हाला पोटात २१ इंजेक्शनं द्यावी लागतील, डोस उलटला तर ४२! अशी दुखतात म्हणून सांगू!" जणू काही खरोखरच ४२ इंजेक्शन एकदम पोटात दिल्यामुळे शरपंजरी पडल्याचा अविर्भाव करीत राजा उद्‌गारला. खरं म्हणजे त्याने २१ दिवसांचा टायफाईड व १४ इंजेक्शने यांची गल्लत केली होती. याचा अर्थ इतकाच, की राजाला सातचा पाढा येत असावा. त्या दोन पापभीरू स्त्रिया स्त्रीमुक्तीच्या काळातही हादरल्या. अखेरीस दुसऱ्या दिवशी सकाळी राजा व अनामिका या दोन माणसांनी राजा नावाच्या कुत्र्यास घेऊन जनावरांच्या 'ससूनला' जायचे ठरले.

दुसऱ्या दिवशी सकाळी ९ वाजता राजा ठरल्याप्रमाणे अनामिकेच्या द्वारी

हजर झाला. जेहेत्ते काळाचे ठायी अशी संधी पुन्हा येणे नाही हे त्याला ठाऊक होते. मागे एकदा रमेशने त्याला असंच कुत्र्याला इंजेक्शन द्यायला कंपनी देतोस का असं विचारलं होतं. तेव्हा राजाने झुरळ झटकावे तसे रमेशला झटकले तर होतेच पण वरती 'साले हो! कुत्र्या-मांजराचे लाड करता, त्यापेक्षा माणसांच्या उन्नतीसाठी काही तरी करा!' असे म्हणत रमेशकडूनच बीअर काढली होती. असा हा राजा आज एका कुत्र्याला रिक्षात घालून न्यायला तयार झाला होता. मात्र, त्याच्या डोळ्यासमोरून सायकलवरून कसरत करीत आपलं कुत्रं घेऊन निघालेला रमेश हलत नव्हता.

"चला!" एंट्री घेत राजा म्हणाला,

"अय्या! अशा अवतारात? तुम्ही येईपर्यंत मी आपल्याला जायचंय हे विसरलेच होते!"

"बोंबला!" राजा मनातल्या मनात म्हणाला,

"असं विसरून कसं चालेल? उद्या राजा कुणाला चावला नि त्या माणसाने कंप्लेंट केली तर? इंजेक्शनचा खर्च व नुकसानभरपाई द्यावी लागले ना!" हा वेळपर्यंत अनामिकेची आई तिथं हजर झाली.

"या! काय घेणार?"

"चहा येईपर्यंत सरबत चालेल!" हा वापरून अत्यंत गुळगुळीत झालेला विनोद राजाने केला. त्या दोघींनी याही विनोदाला दाद दिल्यावर राजाने म. म. कपाळावर हात मारून घेतला.

(राजा या माणसाला या गोष्टीत इतक्या वेळा इतक्या कृती मनातल्या मनात कराव्या लागणार आहेत की दरवेळेस मनातल्या मनात लिहिण्याऐवजी म. म. लिहावं असं मी ठरवलं नि त्याला राजानेही मान्यता दिली. त्यामुळे जिथे जिथे म. म. येईल तिथे तिथे मी कुठल्याही महामहोपाध्यायांच्या शिवचरित्रा-बद्दल लिहित नाही, हे लक्षात ठेवून ही गोष्ट वाचावी.)

मग आतून बटाटाचिवड्याची बशी आली. राजा म. म. विचार करीत होता. त्या बाईच्या गळ्यात मंगळसूत्र आहे. म्हणजे अनामिकेचे वडील हयात आहेत; पण ते गेल्या दोन दिवसांत दिसले नाहीत त्याअर्थी ते नोकरी-धंद्यानिमित्त परगावी असावेत. फ्लॅट पाहता त्यांना चांगल्या पगाराची नोकरी असावी किंवा नोकरीत वरकड कमाईची सोय असावी. म्हणजे ते ल्ष्करी अधिकारी असावेत किंवा पोलीस ऑफिसर किंवा कस्टमवाले असण्याचीही शक्यता होती.

'अगा आ या या!' कारण या तीन ठिकाणी दुरान्वयानेही संबंध असणाऱ्या मंडळींना राजा घाबरत असे.

"अनूचे वडील आले की त्यांनाच हे काम सांगावं असं आम्ही ठरवलंय, उगीच तुम्हाला कशाला त्रास?" अनूची आई म्हणाली.

'च्यायला! हिचा बाप आत्ताच कशाला तडमडला?' म. म. म्हणत राजाने अनूच्या आईला विचारलं. "काय? अनूचे बाबा येताहेत! वाऽऽ! बरंच झालं, त्यांचीही ओळख होईल? कुठं असतात ते?" खरं म्हणजे राजा अनूच्या आईचे वरील वाक्य ऐकून दचकलेला होता. कारण त्या वेळचे त्याच्या मनातले विचार. ज्या व्यक्तीचा आपण विचार करतोय तिचाच विषय निघावा?

"अनूचे बाबा मुंबईला असतात! एका अॅडव्हर्टायझिंग कंपनीत!"

'हुश्श!' राजाचा जीव भांड्यात पडला.

"मॅनेजिंग पार्टनर आहेत ते!"

"मग त्यांना कशाला त्रास? आणि ते येईपर्यंत तुमच्या राजाने एक-दोन पोटऱ्यांचा घास केला म्हणजे?"

"इतका नाही हो आमचा राजा दुष्ट! दादा तर म्हणतो की, राजासारखा खेळकर कुत्रा जगात नाही म्हणून"

एकेक काटा बाहेर पडत होता. त्यातल्या त्यात अॅडव्हर्टायझिंग कंपनीचा मॅनेजर विशेष हिंस्त्र नसावा हे खरं; पण त्याचा मुलगा आर्मीत असू नये असं थोडंच आहे? म. म. विचार पूर्ण करून राजाचे दादाची चौकशी केली. सुदैवाने दादा बँकेत ऑफिसर होता. म्हणजे झालंच! टक्कल, पोट पुढे, चष्मा, टाय किंवा हाताच्या काड्या व चष्मा यापलीकडे हिचा दादा काय असणार?

"मग निघायचं का?"

"नको हो, तुम्हाला कशाला त्रास?"

"हॅं! त्यात त्रास कसला?"

अखेरीस राजाने नेट लावून धरला नि अनामिका, राजा कुत्रा व राजा माणूस असे तिघे रिक्षात बसले.

राजाच्या दुर्दैवाने कुठलाही नाट्यमय प्रसंग न घडता मंडळी दवाखान्यापर्यंत पोचली. इथे मात्र ते कुत्रं उतरायला तयार होईना! त्याला कसं काय कळलं कुणास ठाऊक; पण ते आधीपासून विव्हळू लागलं. हे दोघे रिक्षातून उतरताच तर त्याने असा केविलवाणा सूर धरला की ज्याचं नाव ते. आता काय करावं? अखेरीस कसंबसं राजाने त्याला खेचलं. मंडळी आत पोचली. कुत्र्याचं इंजेक्शन पार पडलं नि त्या कुत्र्याने साखळीसकट पळ काढला तो थेट कोर्टात.

कुत्रं पुढे, राजा मागे 'राजाऽऽ! राजाऽऽ!' असं विव्हळणारी अनामिका या दोघांच्या मागे अशी धावपळ सुरू झाली. हे जर एखाद्या चालू कोर्टात शिरलं तर कोर्टाचा अपमान केल्याबद्दल आपल्याला नक्कीच पाच-पन्नास रुपये दंड होणार, असं राजाला वाटू लागलं,

ते कुत्रं पुढे पळायचं, विव्हळायचं, थांबयचं, पळता पळताही विव्हळायचं

थांबल्यावरही ओरडायचं. राजा जवळ आला की पुढे धावायचं. थोड्या वेळाने तेही बहुधा या खेळास कंटाळलं असावं किंवा राजाने जास्त चपळाई केली असावी पण अखेरीस ते राजाला सापडलं खरं!

मग राजा त्या कुत्र्याला घेऊन अनूला शोधू लागला. आता ते कुत्रं नि राजा यांच्या मधल्या साखळीत लोक अडकू लागले. राजाला असंख्य नवनव्या शिव्या ऐकाव्या लागल्या. तेवढ्यात कुणीतरी म्हणालं 'हे चोर शोधणारं कुत्रं चोराच्या वासावर कोर्टात आलंय!'

लोकांना काय हो! तेवढीच मजा. राजाने सहज मागे वळून बघितले. पाच पन्नास लोकांचा जमाव त्याच्या मागून येत होता. ते कुत्रंही लेकाचं आपल्यामुळेच हे घडलंय हे बहुधा लक्षात येऊन रुबाबत याचा वास घे, त्याच्याकडे बघ, मध्येच थांब, कानच वर कर असली नाटकं करीत होतं. मध्येच एका डेस्कवर त्याने तंगडं वर केलं! त्यामुळे त्यामागच्या कारकुनाने आपल्या हातातली टोपी त्याला मारली. बहुधा त्या टोपीच्या वाराने ते कुत्रं कळवळलं नि पुन्हा एकदा केकाटू लागलं.

"राजाऽऽ!" असा आर्त टाहो फोडून अनू तातडीने त्या कुत्र्यासमोर धावली. तिने केकाटणं बरोबर ओळखलं होतं. त्याच क्षणी राजाने त्या कुत्र्याला उचलून छातीशी धरलं. अनूने त्या कुत्र्याला मिठी घातली. ती राजा भोवती पडली. कुत्रा राजाची साखळी खेचली गेली. तिचा विळखा राजा व अनुच्या हाताभोवती बसला. समोरून येणारे एक मॅजिस्ट्रेट हे दृश्य पाहून हसले. त्यांना असं हसताना गेल्या कित्येक वर्षांत पाहिलेलं नाही असं कोर्टातले वृद्ध लोक बोलताना आढळले.

मग त्या गोंधळाला, कोर्टातल्या गर्दीला तोंड देत राजा एका हाताने कुत्र्याला व दुसऱ्या हाताने अनूला कवटाळत रिक्षात बसला.

मंडळी! या गोष्टीचा शेवट सांगायलाच हवा का? हं! एक मात्र खरं मॅजिस्ट्रेटच्या साक्षीने जरी अनूने राजाला मिठी मारली असली तरी राजाने अनूचा हात मात्र भटजीच्या साक्षीने अंतरपाट दूर करून माळ घातल्यावरच स्वत:च्या हाती घेतला.

अनूने तो राजा मात्र माहेरीच ठेवला. कारण ती एका साखळीत किती माना अडकवणार हा प्रश्नच होताच, नाही का? राजाही आता बँकेत जातो. अनूच्या भावाबरोबर काम करतो नि स्वत:चे वाढते पोट व टक्कल पाहून आनंद मानतो.

■

अनंता नावाची वल्ली

सूड! ही एक विचित्र भावना आहे. सूडाने पेटलेला माणूस फार विचित्र वागतो. इतर भावनांनी पेटलेला माणूस हा थोडा तरी विचार करील; पण सूडाने पेटलेल्या माणसाला फक्त सूड उगवणे ही एकच गोष्ट दिसत असते. आपण खूनका बदला खूनसे लेंगे। वगैरे घोषणा वेळोवेळी ऐकतो, त्यामागे मात्र केवळ घोषणा देणे हा एकच हेतू. बदला, सूड या गोष्टी अस्तित्वात नसत्या तर कैक हिंदी पिक्चर, बकाल रहस्यकथांचे लेखक प्लॉटवाचून मेले असते. रामायण का घडलं? बदला! महाभारत का घडलं? बदला! इलियड का घडलं? बदला! अर्थात, पिक्चर किंवा कादंबरी चालावी म्हणून त्यात सेक्स येतं, बाई असते पण सुरुवातीपेक्षा शेवटाकडे आपलं लक्ष जास्त असतं. तेव्हा आपल्याला बदलाच दिसतो. न दिसून चालेलच कसं? या गोष्टीचा प्लॉटच मुळी त्यावर आधारित आहे. सेक्सची थीम नाहीच ही! अर्थात, कुणी पिक्चर काढतो वगैरे वगैरे म्हणत असेल तर मग यात भरपूर नाचगाणी टाका, नाही असं नाही. पण खरं सांगायचं तर ही स्टोरी जो पिक्चरसाठी घेईल असा कुणीच हरीचा लाल अजून येरवडा किंवा ठाण्याच्या विद्वानगृहातून पळाल्याचे ऐकिवात नाही.

त्या दिवसाचा चेहरामोहरा तसा चांगला होता. व्यवस्थित ऊनबिन पडलं होतं, दिवस उत्साही असा होता. कुणाचं डोकंबिकं फिरायचं विशेषसं कारण नव्हतं. अनंत तपस्वी हा तरुणही 'अनंत लफडे' या टोपणनावाने ओळखला जात असला तरी डोक्यात राख घालून घेणारा नव्हता. खरोखरच अत्यंत शांत आणि थंड माणूस. कधी कुणाशी भांडण नाही की तंटा नाही. ओळखी महा अफाट. उद्या ब्रेझनेवच्या पाठीवर थाप मारेल नि म्हणेल 'लिओनिड, आपला डिक् निक्सन येतोय! अडचणीत आहे बिचारा! संभाळून घे बाबा! बरं, काय चहा-बिडी? आपली कडकी आहे सध्या. एका चारमिनारवर भागवून घेऊ, काय?'

पण आज त्याचा दिवस नव्हता. सकाळीच आईचं लग्नासंबंधात पत्र आलं होतं, शिवाय मोठा भाऊ बरोबर असल्यामुळे बिडी फुंकता आली नव्हती. त्यात हणम्याने भावासमोर त्याला बिडी ऑफर केली होती. सिगारेट ओढणे, धूम्रपान हा प्रकार तसा दगाबाजच असतो. कधी केव्हा गळा कापील हे सांगता येत नाही. तुम्ही चोरून बिडी फुकायची म्हणून कोपऱ्यातलं एखादं काळं हॉटेल शोधून काढा, नेमका कुणीतरी मोठ्या भावाचा नाहीतर बाबांचा ओळखीचा माणूस तुमच्या शेजारी येऊन बसेल आणि त्याने तुम्हाला एकदाच पाहिलं असून बरोबर ओळख दाखवील. वरती पुन्हा म्हणेल 'अरे! राहू देत! राहू देत! टाकतोय कशाला? मी काही लगेच तुझ्या बाबांना किंवा मोठ्या भावाला-दादाला जाऊन सांगणार नाही!' आणि हे वाक्य ऐकलंत की आपण सावध राहावं हे बरं! कारण पहिला चान्स मिळाला रे मिळाला की अशी माणसं नक्की तुमच्या बाबांना किंवा दादाला 'मी तुमचा मुलगा किंवा धाकटा भाऊ कसा सिगारेट ओढताना, तीसुद्धा चोरून ओढताना बघितला' (नाहीतर काय आम्ही घरात बाबांच्या तोडांवर धूर सोडायचा?) हे सांगेल. आमचा अशोक अवस्थी अशा वेळेस एक भलतीच आयडिया टाकतो. जर असा इसम बाबांचा मित्र असेल तर तो सरळ बाबांना सांगतो. 'डॅडी! काय तुमच्या मित्राची टेस्ट? आम्ही मित्र मित्र एका हॉटेलात बसलो होतो. तेवढ्यात राजाच्या भावाचा मित्र आला म्हणून त्याने माझ्याकडे सिगारेट द्यायला नि रामाकाका तिथं आले!' एवढ्यावर बहुधा काम भागतं. जयंताने मात्र सिगारेट ओढायच्या पहिल्याच दिवशी घरी सांगितलं 'आज मी सिगारट ओढली. उगाच लोकांनी येऊन इथं तुम्हाला वेडंवाकडं पिळायचं त्यापेक्षा मीच सांगतोय!' पण अशी धाडसी माणसं थोडीच. अनंत लफडे हा या धाडसी माणसांपैकी नव्हता. त्यामुळे तो मोठ्या भावासमोर बिडी ओढायचे धाडस करू शकत नव्हता. त्यामुळे तो वैतागला होता.

त्याचा मोठा भाऊही वैतागला होता. त्याला दोन सेप्रेट सेप्रेट कारणं होती. पहिलं कारण म्हणजे बाईची भानगड नव्हती किंवा पैशाची तर त्याहूनही नाही. एक तर सकाळी आठलाच बाहेर पडून त्याला म्हणजे मोठ्या बंधूंना असंख्य कामं पूर्ण करायची होती. पण आत्यंतिक गाढवपणा करून आपल्या छोट्या बंधूंना त्यांनी विचारलं होतं. 'अंता, सकाळी जरा लवकर बाहेर पडून जनता संपर्क साधावा म्हणतो. काकामंडळींना भेटल्याचं पुण्य लागेल! येतोस?' आपण हा प्रश्न विचारून एक महान चूक केली याची मनोहरपंतांना (तपस्वी बुद्रूक उर्फ सिनियर) कल्पना नव्हती. त्यांनी आपल्या बंधूंची महत्ता जाणली नव्हती.

अनंता हा एक थोर प्राणी आहे. उद्या तो दिल्लीला गेला तर नक्कीच 'काय इंदूकाकू? राजीव-संजीव काय म्हणतात? सोनिया ठीक आहे? काय नवीन खबरबात? आमच्या यशवंतरावांना जरा संभाळून घ्या!' असं सांगेल आणि श्रीमती

गांधीसुद्धा थांबून वेळात वेळ काढून त्याच्याशी हसून पाच मिनिटं गप्पा मारतील. आपली गॅरंटी आहे. दुसरा मुद्दा म्हणजे – तो सकाळी जर आठ वाजता आपल्याला बाहेर पडायला हवा असेल तर त्याला आदल्या दिवशीची वेळ द्यावी लागते. त्यामुळे मंडळी दहा वाजता बाहेर पडली आणि बारा वाजेपर्यंत दोन चौकसुद्धा पुढे सरकली नव्हती. म्हणून अनंताचा भाऊ वैतागलाच पण त्याहीपेक्षा नाजूक मुद्दा इथे निर्माण झाला होता. तुमच्या आमच्यासारखा माणूस असता ना तर हा प्रश्न उपस्थितच झाला नसता; पण मनोहर हा माणूस तुमच्या आमच्यासारखा नव्हता. स्वत:चे शब्द, स्वत:चे तत्त्व आदी स्वत्वयुक्त गोष्टी त्याला फार लहानपणापासून चिकटल्या होत्या. कालावधीने अर्धी चड्डी गेली पण तत्त्वाने मनोहरला सोडले नाही. तत्त्वाचा प्रश्न म्हटला, की मनोहरच्या चेहेऱ्यावर आगळीच झळाळी येत असे. तीन पैशाचे तत्त्व न सोडण्यासाठी मनोहरने १५ पैसे घालवलेले मी बघितलेले आहेत.

साधारणपणे पी.एम.टी. बद्दल मी अधिक लिहायची गरज नाही. वर्तमान-पत्रांतील पत्रे वाचली आणि त्यांचा सॅंपलसर्व्हे केला तर असं आढळून येईल, की रस्त्याचे खाचखळगे व आंतरराष्ट्रीय राजकारण यांच्या बरोबरीनेच पी.एम.टी. या विषयाचा लोकप्रियतेच्या बाबतीत फार वरचा नंबर लागतो. बिनाकाच्या भाषेत म्हणजे पहिल्या वगैरे पादान का गोदान जे काय असते त्याच्या जवळपास सतत घोटाळणारे हे विषय आहेत. हा बिनाका नावाचा जो प्रकार आहे, तो एक अत्यंत थोर प्रकार आहे आणि आपण या बिनाका शौकिनांना मानतो. आमच्या एका मित्राकडे पार १९५६ किंवा त्या काळात त्या कुठल्यातरी दिवसापासूनच बिनाकाला कुठले गाणे पहिले आले, त्याचा म्युझिक डायरेक्टर कोण ते कुणी गायले, पडद्यावर नट-नटी कोण, पिक्चर कुणाचा इथपर्यंत रेकार्ड आहे. एकदा आमचे घर झाडताना मला जुन्या दोन डायऱ्या मिळाल्या- त्यात पहिल्या बिनाकापासून १९५६ च्या बिनाकापर्यंतच्या तीन-चार वर्षांच्या प्रत्येक बुधवारी ८ ते ९ पर्यंत जे काय सिलोन रेडियोवर घडले त्याचा पंचनामा लिहिलेला होता. हा आमच्या मोठ्या बंधूंचा उद्योग. याचा मी नुस्ता उल्लेख कधी तरी बोलताना केला नि ब.मो. पुरंदऱ्यांना छत्रपतींच्या हस्ताक्षरातले पत्र आल्यावर जो उच्च प्रतीचा आनंद होईल किंवा ख्रि. पू. १९५६ मधले एखादे भांडे सापडल्यावर पुराणवस्तू संशोधकांचं हृदय कसं गलबलेल तसं त्याला झालं.

"कुठेय ती डायरी?" त्याने माझे हात हातात धरत विचारले.

"बहुधा रद्दीत गेली!"

"रद्दीत?"

त्याच्या चेहऱ्यावर अविश्वास होता. माझ्यासारखा मूर्ख माणूस या भूतलावर याआधी कधीच झाला नसेल हीसुद्धा भावना त्यात मिसळली. या दोन भावनांतून

राग आणि या तीन भावनांच्या फॅमिली मिक्श्चरमधून त्याच्या चेहेऱ्यावर आशेचा अंधुकसा किरण आला. आशेचा किरण हा नेहमी अंधुकच असावा लागतो. त्याचा कधीतरी कवडसा वगैरे पडला तर त्याच्यामध्ये भिंग वगैरे घालून एखादी जुनी फिल्म धरून अंधाऱ्या खोलीत पिक्चर पाडावा असं मला वाटतं; पण हा फारच अंधुक असतो.

"कुठे?" त्याने विचारले.

"तू बिनाकांची रेकॉर्ड्स रद्दीत विकलीस?"

त्याने माझा हात जोरात सोडला. तो धाडकन टेबलावर आपटला. माझ्या तोंडून अपशब्द बाहेर पडले.

"आयला! वर मलाच शिव्या?"

"माझा हात कुणीही आपटला तर मी त्याला शिव्याच देणार" मी सांगितले.

"हात मरू दे, कुठल्या दुकानात?"

"काय कुठल्या दुकानात?"

"रद्दी विकलीस?"

"कुणी रद्दी विकलीय?"

"तू!"

"नाही बुवा मी रद्दी वगैरे कशाला विकू. आज दहा तारीख आहे! २७-२८ला विकीन!"

"ओह माय गॉड! यू आर ग्रेट!" त्याने खिशातनं रुमाल काढला, माझा गाल पुसला नि चक्क तिथे आपले ओठ टेकले. कंप्लीट मॉडर्न हेल्थ होम थक्क होऊन पाहत राहिले.

"चल! चल!"

"थांब जरा चहा पिऊन होऊ दे!"

"चहा? या महत्त्वाच्या क्षणी तुला चहा सुचतोय?"

"अरे पण झालं काय?"

"काय म्हणजे बिनाकाचं पहिल्या तीन वर्षांचं रेकॉर्ड मिळतंय ना!"

"ते मी रद्दीत टाकलं!"

"पण अजून रद्दी विकायची आहे ना?"

"हो! मग?"

"मग मी शोधतो ना?"

"कदाचित आईने बंबात घातली असेल! गॅरंटी नाही!"

"डॅम द बंब! म्हणून तर लवकर चल!"

आम्ही घरी पोचलो. त्याने माळ्यावर चढून त्या डायऱ्या शोधल्या, त्या

सापडल्यावर त्याने टुणकन माळ्यावर उडी मारली. छपरावरून रिबाऊंड होऊन तो शिडी चुकला नि ड्यु होऊन पाय मोडल्याने हॉस्पिटलात गेला आणि प्लॅस्टर निघेपर्यंत त्या उंदराच्या लेन्ड्यांचा वास येत असलेल्या वह्या कवटाळून बसला. माझा जन्म अलीकडचा आहे. गाथा तरंगल्यावर लगेच श्री. तुकाराम बोल्होबा अंबिले यांची मुलाखत घ्यायला मी हजर नव्हतो. त्यामळे तिथे त्यांच्या चेहऱ्यावर किती आनंद दिसला हे मला ठाऊक नाही; पण त्याचा चेहरा बघून मला तोच प्रसंग आठवला. त्याच्या बायकोची तारीख अर्थात बाळंतपणाची, बुधवारची दिली म्हणून त्याने डॉक्टर बदलला होता.

अरेच्चा! आपल्याला माफ करा हं! मनोहरच्या तत्त्वाची गोष्ट सांगता सांगता बराच सरकलो की? आपलं हे असंच! काही अज्ञजन यास पिळवणूक म्हणतात, पण चहा पिता पिता गप्पा निघाल्या की कुठूनही कुठेही जाऊ शकतात. अर्थात, महिनाअखेरीस चहा पिता पिता माझ्या गप्पा ऐकणारे सज्जन तारीख एक ते वीस कुठे बेपत्ता होतात बरं? जाऊ दे, आपण पी.एम.टी. कडं वळू.

पी.एम.टी चे कंडक्टर ही एक नामांकित चालू जमात आहे, हे सगळ्यांनी मान्य करायला काहीच हरकत नसावी. त्यांच्याकडे नेमके सुट्टे पैसे नसतात. काही कंडक्टर तरुणींना लगेच सुट्टे पैसे देतात. पण गळ्यात मंगळसूत्र असेल तर तिकिटाच्या मागे रक्कम का लिहून देतात? पैसे मोजायला सीटच्या कडेला आपला एक चतुर्थांश पृष्ठभाग टेकायला कंडक्टर नेहमी तरुणी बसलेलीच सीट का निवडतात? इतर वेळेस तुमच्या आमच्या हातात तिकिटे व पैसे ठेवून पास करा असं सांगणारे कंडक्टर नेमके, तिकिटे फाडून झाली असताना, गर्दीच्या वेळेस सबंध बसभर पंच वाजवत दोनदा तरी का हिंडतात? त्याला काही उत्तर आहे का? हो! या परिच्छेदाचे पहिले वाक्य.

अशा एका कंडक्टरने सुटे पैसे देताना मनोहरच्या हातात जी रक्कम ओतली तीतून तीन पैशाचे एक नाणे खाली पडले. बायाबापड्यांच्या हातावर टेकवणाऱ्या त्या कंडक्टरने ते पैसे चक्क ओतले होते. ते सगळेच पैसे खाली कसे पडले नाहीत हे एक कोडेच आहे. झाले. मनोहरपंतांचे तत्त्व आड आले. त्यांनी कंडक्टरला सांगितले की, ते पैसे त्याच्या चुकीने पडलेत तेव्हा त्याने ते उचलून द्यायला हवेत. कंडक्टर या माणसाला तत्त्व वगैरे फारच क्वचित असते. चांगला कंडक्टर म्हणजे भांगेत तुळस. त्यांच्या शरीरात रक्ताऐवजी गुर्मी वहाते.

"पाहिजे तर उचला!" असे म्हणून तो निघून गेला. मनोहरपंतांनी बेल वाजवली. बस थांबली. कंडक्टर भयंकर खवळला. खूप वाद झाला. दोघे प्रचंड हमरी तुमरीवर आले. लोक मध्ये पडले. ड्रायव्हरला त्या दिवशी लवकर घरी जायचे होते. त्यामुळे नेहमीप्रमाणे तंबाखू चोळत रस्त्याच्या कडेला न जाता तो

मध्ये पडला. तेवढ्यात कुणीतरी जाऊ द्या हो म्हटले. "वा! जाऊ द्या कसं? कंडक्टरची चूक आहे!" असं मनोहर म्हणाला. शेवटी मनोहरपंतांनी जिमखान्यावर जाऊन तक्रार नोंदवावी या अटीवर तिसऱ्याच कुणीतरी पैसे उचलून ते कंडक्टरच्या हातात दिले आणि त्याने ते मनोहरला दिले. बस जिमखान्यावर आल्यावर मनोहर उतरू लागताच कंडक्टर म्हणाला, "साहेब! तुमचं तिकिट गणपती चौकाचं होतं! आणखी पंधरा पैसे द्या!" मनोहरने ते मुकाट्याने दिले आणि मग तक्रार नोंदवली. असा हा तत्त्वाचा माणूस. याने अनंताइतकीच लफडी केली; पण ती सगळी तात्त्विक होती.

याच मनोहरने दोनच वर्षांपूर्वी सिगारेट ओढू नये या विषयावर अनंतास तास–सव्वा तास तरी पिळले होते आणि त्यानंतर सहाच महिन्यांत काय जादू झाली कुणास ठाऊक. मनोहर बिडर (वर्क करतो तो वर्कर, बिडी ओढतो तो बिडर) बनला होता. सिगारेट ओढल्याशिवाय त्याला चैन पडत नसे. त्याने 'काय अनंता? सिगारेट आहे का?' एवढे वाक्य उद्‌गारले असते तर दोघांचेही स्वास्थ्य त्यांना पुन्हा मिळाले असते. पण तात्त्विक मनोहर 'बिडी गेली तरी चालेल!' म्हणून गप्प बसला होता.

मंडळी नातेवाईकांकडे गेली. मग जेवण. मग पुन्हा नातेवाईक करत करत संध्याकाळचे पाच वाजले. दुपारच्या झोपेचा राडा, सिगारेट नाही ती नाहीच. मंडळी महाराष्ट्र बँकेच्या तिथे, तुळशीबागेकडून येत होती. तिथे फळवाल्यांच्या गाड्या उभ्या असतात. तिथे आपले दोघे कथानायक येऊन पोचले. या गाडीवाल्यांची रस्ता हा आपल्या बापाचा असून केवळ आपली मेहेरबानी म्हणून जनता त्यावरून ये जा करीत असते अशी एक समजूत असते. त्या समजुतीस जागून त्या गाडीवाल्याचं पोरगं बादलीतल्या पाण्याने रस्ता शिंपडीत होते. त्यातले पाणी मनोहरच्या पॅण्टवर उडाले. त्याबरोबर मनोहरने त्या पोराची गचांडी धरली. साधारणपणे मनोहर या भानगडीत पडत नाही. 'सर्वेऽपि सुखिनः संतु।' 'अहिंसा परमो धर्मः।' अशा सुभाषितांवर त्याचा गाढा विश्वास आहे; पण प्रसंगी असा माणूससुद्धा सिगारेट न मिळाल्यास हिंस्र बनतो. याचे मूर्तिमंत उदाहरण त्या दिवशी पहायला मिळाले. मनोहरने गचांडी धरल्याबरोबर अनंताने त्या पोराच्या तोंडातून जी शिवी बाहेर पडली होती त्याची भ्रूणहत्या त्या पोराच्या एक कानाखाली आवाज काढून केली. गर्भपातातून अनेक लफडी निर्माण होतात त्या प्रमाणेच त्या शिवीच्या अपमृत्यूबरोबर जो फाडकन आवाज निघाला त्या अनुरोधाने आजूबाजूची तमाम जनता तिथे गोळा झाली अन् त्यातून असंख्य पोटभांडणे निघाली आणि त्यातून शेवटी विशेष काहीच निष्पन्न झाले नाही. मात्र, त्या गाडीवाल्याने फळे कापायची सुरी हाती घेतली या मुद्द्यावर त्या दिवशीचा आणखी एक गाढवपणा केला.

एखादा दिवसच गाढवपणाचा निघतो याला तुमचा आमचा नाईलाज असतो. तिकडे सूर्यमहाराजांच्या अणुभट्टीत कुणी गांजा टाकते किंवा त्यांच्या घोड्यांना किंवा त्यांच्या सारथ्याला LSD देतात, कुणास ठाऊक पण अशा दिवशी आपल्यासारखे पामर मनुष्यप्राणी काहीतरी भंगार वागतात एवढे खरे. मनोहरने तर त्या दिवशी आत्यंतिक कमाल केली. तो विश्रामबाग वाड्यात तक्रार नोंदवायला शिरला. लक्ष्मी रोड पूर्व-पश्चिम आहे की उत्तर-दक्षिण हे झटकन् तुम्हास सांगता येईल? चौकीतली भाषा नेहमी पूर्व-पश्चिम, उत्तरेकडून दक्षिणेला या दिशात चालते. या चारच दिशा तेथे अधिकृत आहेत. उगीच तुम्ही नैर्ऋत्येकडून ईशान्येला म्हणलात तर तिथे काय कानडीत बोलतोस असं म्हणतात. अर्थात, आज याचा प्रश्नच नव्हता.

मनोहर आणि त्याच्या मागून अनंता हे बहलोलखानावर तुटून पडणाऱ्या प्रतापराव गुजराच्या तडफेने त्या चक्रव्यूहात शिरले. समोर एक खाकी कपड्यातला माणूस दिसला. यांनी आपले हृदय त्याच्याजवळ मोकळे केले. त्या माणसाने डाव्या कानातली काडी उजव्या कानात घातली आणि तक्रारी असतील तर कांबळे हवालदारांना भेटा म्हणून सांगितले. कांबळे कांबळे करत मंडळी निघाली, समोरून कांबळे आले. त्यांनी आपुलकीने या बंधुद्वयास बसवून घेतले व सर्व तक्रार ऐकून घेतली आणि नंतर हे सर्व कुठे झाले अशी पृच्छा केली. महाराष्ट्र बँकेशेजारी, त्यांनी उत्तर दिले.

"म्हणजे दे. भ. शि. म. परांजपे रस्ता का" कांबळे हवालदार.

"ते काय माहीत नाही, कांबळेसाहेब!"

"असं कसं? तेवढं बघून या! म्हणजे तक्रार घ्यायला बरं!"

अनंता बघून आला. त्याने तो दे. भ. शि. म. परांजपे रस्ताच आहे हे सांगितले.

"मी म्हटलं नव्हतं साहेब! तो आमच्या हद्दीत येत नाही. तुम्हाला मंडईच्या चौकीत जायला हवं!"

यावर मनोहर जे काही बोलला ते छापायचं झालं तर फायरप्रूफ ॲस्बेस्टोसच्या पत्र्यावरच छापायला हवं! कांबळे दात कोरत कोरत हसले आणि "आम्ही आपल्या सेवेसाठीच आहोत" असेही वरती म्हणाले. हे दोघेही पाय आपटत आपटत बाहेर आले. दोघांच्याही मनात अंगार पेटला होता. दोघेही खवळले होते. ड्रॅगनच्या नाकातोंडातून ज्वाळा बाहेर पडतात तशा खरं तर ज्वाळाच बाहेर पडायच्या; पण त्या काळात पॉवर शॉर्टेज असल्याकारणाने दोघे आतल्या आत धुमसू लागले. बाहेर पडल्यावर चहा-कॉफी पिणे अपरिहार्य होते. ते तिथून जवळच असलेल्या एका खानदानी हॉटेलात शिरले.

हॉटेलात बऱ्यापैकी गर्दी होती. जमिनीवर पिळलेल्या लिंबाचा, स्ट्रॉचा आणि इतर कचऱ्याचा ढीग पडला होता. माशा घोंघावत होत्या. त्या गर्दीतही एका

टेबलाच्या जवळच्या दोन रिकाम्या खुर्च्या त्यांनी पटकावल्या. दुर्दैवाने शेजारचा माणूस सिगारेट ओढत होता. याचा वैताग आणखीच वाढला. त्यांनी चहा मागितला.

"इथं ट्रेचा चहा असतो." "बरं कॉफी आण!" मग काहीतरी खावं असं त्यांना वाटलं. त्या गर्दीत वेटर सापडेना. अखेरीस खाणं-पिणं झाल्यावर मंडळी पृथ्वीवर वर आली. पॉवर शॉर्टेजबरोबरच त्या काळात सुट्ट्या पैशाचंसुद्धा शॉर्टेज होतं. "आठ आण्यापेक्षा जास्त मोड मिळणार नाही!" "सुट्ट्या पैशाऐवजी कुपनं स्वीकारावी लागतील!" अशी भित्तिपत्रकं जागोजाग लटकत होती. त्यांनी बिल दिलं आणि त्यांच्या हाती दोन कुपनं आली.

"मालक! ही कुपनं राहू देत! द्या, सुट्टे पैसे द्या!"

"आम्ही सुटे पैसे देत नसतो! इथं रुपयाला ९० पैसे देऊन कंडक्टरकडनं मोड घ्यावी लागते मिस्टर! आहात कुठं?"

"५/१० पैसे कापून घ्या! लांब रहातो! नाहीतर कुपनं परत घ्या!"

"काय समजला काय? ५/१० पैसे कापून घ्या म्हणे! उभ्या आयुष्यात हरामाचा एक पैसा खाल्ला नाही! सांगून ठेवतोय!" मॅनेजर तापून बोलले.

"अहो पण ओरडायला काय झालं? सरळ बोला की!"

"मग? काय वाकडं बोललो काय? तुम्हीच वाकड्यात शिरताय! सरळ पैसे खातो म्हणताय?" झालं. आता मनोहर आणि अनंत असे दोघेही मॅनेजरवर तुटून पडले. प्रचंड गर्दी वाढली. असंख्य आवाज मिसळले. बरेच जण बिल न देता निसटले आणि 'तुला नाही एक ना एक दिवस माझे पाय धरायला लावले तर पुन्हा अनंत हे नाव लावणार नाही!' अशी अनंताने घनघोर प्रतिज्ञा केली.

"अरे! जारे! छप्पन पाहिलेत पाय धरणारे तुझ्यासारखे!" अशी मॅनेजरने त्यावर कॉमेंट केली.

प्रतिज्ञा इज प्रतिज्ञा! खरी ती भीष्मप्रतिज्ञा! त्या थोर गृहस्थाने च्यायला कमाल केली. अर्जुनाने प्रतिज्ञा निभावल्या त्या कृष्णाच्या बळावर! पण निभावल्या. त्यापुढे मात्र उत्तरेकडच्या प्रतिज्ञा संपल्या. तशा मोगल साम्राज्यात असंख्य सरदारांनी अगण्य प्रतिज्ञा केल्या. पण कुणी बोटे तर कुणी जीव गमावला. आपला अनंत हा चिमाजीअप्पाचा वंशज होता.

मनोहरदादा गावाला गेल्यावर अख्खे चारमिनारचे पाकीट संपवत अनंत लफडे या सद्‌गृहस्थाने मेंदूला ह्यांडल मारले. त्याचा मेंदू एकदा चालू लागला की असा अफाट चालतो, की ज्याचं नाव ते. तुम्ही कधी त्याचा मेंदू चालताना बघितलाय? नाही म्हणता? मग तर त्याचा मेंदू असा चालतो की बिरबल झक्

मारतो. मागच्या जन्मी तेनालीराम त्याच्याकडे शिकवणीला यायचा, त्या- आधी इसापला त्याची स्पेशल ट्यूशन लावली होती. आणखी कुणी राहिलाय? जे कोणी जगभरचे चातुर्यवाले होते त्यांच्यावरती एक ढेंग एवढे याचे चातुर्य होते. तुम्ही नाही ना बघितलं? म्हणून तर सांगतोय.

अनंताच्या मेंदूतून ती सरस आयडिया आली त्या वेळेस तो कुठे होता हे सांगायलाच हवं का? तो जन्मजात टॉयलेट थिंकर असल्यामुळे सकाळी सकाळीच त्याच्या डोक्यात ती आयडिया आली. आमचे एक शामशी; त्यांचं नावच शामशी त्याला आपला नाईलाज आहे, पब्लिक आपल्याला टायर्ड झालं म्हणून आम्ही रिटायर्ड झालो असं त्यांच्या लेखन संन्यासाचं कारण ते सांगतात. त्यांच्या लिखाणात अनंत लफड्यांच्या एका लफड्याची आयडिया येऊन गेलेली आहे ती मी पुन्हा सांगतोय, ती या बाबाच्या डोक्याची कल्पना यावी म्हणून. कुणीतरी आपल्याला एक सेल्फ कंटेंड ब्लॉक हवा असं अनंतास सांगितलं. एक रूमचापण चालेल. "मग सरळ एक रूम हवी असं सांग ना!" अनंता त्याला म्हणाला. त्यावर तो इसम अनंताला वेडेवाकडे काही तरी बोलला. नंतर अनंताने त्याला एक सेल्फ कंटेंड ब्लॉक मिळवून दिला. कागदपत्र झाले. त्याने विचारले "संडास कुठेय?"

"हा काय?" अनंताने दाखवला. त्या माणसाच्या भोवती खोली गरगरली, अनंताने त्याला बेडपॅन दाखविले. 'फालतू शहाणपणा केला की हे असंच होतं.' ही वर कॉमेंट.

अशा अनंताच्या डोक्यात ती आयडिया आली तेव्हा तो आधी मनसोक्त हसला. त्याने एक आठवडा जाऊ दिला. नंतर परत तो त्याच हॉटेलात गेला. त्याने कुपन मिळेल असे बिल केले. काऊंटवर आल्यावर तो म्हणाला. "अहो! माझ्याकडे अशी दोन तीन कुपनं आहेत, एकदम सगळी आणली तर चालतील ना? नाहीतर तुम्ही नाही म्हणायचे!"

"आमच्या हॉटेलची आहेत ना? मग गाडीभर आणलीत तरी चालतील." मॅनेजर मोठेपणाने उद्गारले. गालातल्या गालात हसत अनंता तिथून बाहेर पडला. त्याचा प्लॅन पक्का झाला होता.

दुसऱ्या दिवसापासून अनंताने त्या हॉटेलबाहेरच मुक्काम ठोकला. कुणीही इसम बाहेर पडला की अनंता त्याला विचारी कुपनं आहे का? हो म्हणाला की ते कुपन ५ पैसे कमी देऊन अनंता विकत घेई. कुणी अधिक खोलात गेले की तो 'बरोबर दोन महिन्यांची अमुक अमुक दिवशी इथे या. सगळा उलगडा होईल' असे सांगत असे. अनंताने पदरचे पैसे खर्च करून १००-१५० रुपयांची कुपनं जमवली. त्यानंतर एक दिवस अनंता तिथून नाहीसा झाला नि वाचकांच्या पत्रव्यवहारात एक

पत्र आले. 'अमुक अमुक हॉटेलबाहेर एक माणूस त्या हॉटेलची कुपनं स्वस्त किमतीत विकत घेतो. पाहिजे तर त्या हॉटेलने पदार्थांच्या किमती वाढवाव्यात; पण असा उद्योग करू नये,' वगैरे. झाले त्यानंतर ही पत्रांची झुंबड लोटली. लोक उघड उघड त्या हॉटेल मालकास शिवीगाळ करू लागले. अनंता त्या बाजूस फिरकलाच नाही.

कत्तल दिन उगवला. असंख्य माणसांना अनंताने सांगून ठेवलेला तो दिवस उजाडला. वाचकांच्या पत्रव्यवहाराने जनतेचे औत्सुक्य जागृत झालेच होते. त्या खानदानी हॉटेलजवळ जनतेची बरीच गर्दी जमली होती. त्या हॉटेलच्या जवळ दारातच अनंताही घुटमळत होता. समोर त्याला हवे ते दृश्य दिसल्यावर तो काऊंटरवर आला. दारातून एक एक भिकारी आत येऊ लागला होता. याच क्षणासाठी गेले पंधरा दिवस नाकावर रुमाल बांधून अनंता झोपडपट्टीतून हिंडत होता.

एक, दोन, तीन... तीस. रांगेने तीस भिकारी आले. एकेक जण त्या हॉटेलात शिरू लागला. प्रथमच जनतेत खळबळ माजली. हॉटेलचा एक नोकर पुढे सरसावला. मॅनेजर त्या भिकाऱ्यावर खेकसले. त्या भिकाऱ्याने हातातले कुपन मॅनेजरसमोर नाचविले.

"ते कुपनबिपन काही माहीत नाही, पहिला बाहेर हो!"

आता अनंता पुढे सरसावला, "मॅनेजर, हे आमचे मित्र विजय काटे, वकील आहेत. ती पाटी पाहिलीत, सर्व धर्म वंश और कौम लिंगके लोगोंको मुक्त प्रवेश. आणि तुम्ही जर ही कुपनं नाकारलीत तर मी पोलीस केस करणार आहे."

मॅनेजरसाहेब आ वासून पाहात राहिले. त्यांनी फोनवरून मालकांना बोलावले. भिकाऱ्यांची रांग वाढत होती. तेवढ्यात मालक आले. त्यांनी सर्व परिस्थिती पाहिली. मग अनंताला विचारले "काय अनंतराव, हे काय चाललंय?"

"मालक, ही तुमच्या मॅनेजरची चूक आहे! मी आधीच सांगितलं होतं, तुम्ही दुर्लक्ष केलं."

"आता यातून मार्ग काढा बुवा!"

"काय देणार?"

"म्हणजे?"

"तुमच्या मॅनेजरना अक्कल शिकवायला मला खर्च आलाय, मालक!"

"हे वकील, यांची पंचवीस रुपये फी, तो रांग लावतोय त्याचे दहा रुपये."

"हे भिकारी गोळा केले त्यांचे पन्नास रुपये. १२५ रुपयाचे सुट्टे पैसे आणून कुपनं घेतली त्याचे दीडशे रुपये नि लेबर चार्जेस पन्नास रुपये. चारशे रुपये द्या मला

नि या रांगेला दोन दोन बटाटेवडे वाटून टाका!''

मग तो कुपनं गोळा करत उभा राहिला. रांगेला बटाटेवडे वाटून झाल्यावर त्याने प्रत्येक कुपनांचे सुट्टे पैसे वाजवून घेतले नि तो घरी गेला.

आता केव्हाही अनंता तिथे पोचला की मॅनेजर स्वत: फडके मारून टेबल मिळवून देतात त्याला आणि कधीही सुटे पैसे लागले तर स्वत: अनंता जाऊन कधीही आणि कितीही सुट्टे पैसे घेऊन येतो.

पुढे मनोहरने ही हकीकत ऐकल्यावर स्वत: एक विल्सचे पाकीट आणले नि अनंता व मनोहर यांनी त्या दिवशी मोकळेपणाने धूम्रपान केले.

■

बाळ्या, डायव्हर्शन नि बाळासाहेब

"**बा**ळ्या! ए बाळ्या!"

"तिच्यायला! नीट बोलता येत नाही का? हज्जार वेळा सांगितलं बाळ्या म्हणायचं नाही! आयला! आम्हाला काय सरळ नाव नाही का?"

लहानपणी मला लाडाने बाळ म्हणत! माझं नशीब असं की लोकांचे बाळ बाळासाहेबात वाढले, मी मात्र बाळ्यात वाढलो. आपलं नशीबच असं आहे. आम्ही बसस्टॉपला गेलो, की कंडक्टर नीचे उतरो, बुशकोटवाले खाली, म्हणून ओरडेल, नको ती बस येईल, विरुद्ध दिशेला असंख्य बसेस जातील; पण मला बस म्हणून मिळणार नाही. आम्ही सिनेमाच्या तिकिटाच्या रांगेत खिडकीपाशी गेलो की फटकन खिडकी लागते आणि हार घातलेला हाऊसफुलचा बोर्ड लागतो. आमच्या मागचा माणूस वळतो तर त्याला मात्र कुणीतरी नेमकी त्याला हवी असतील तेवढी तिकिटं परत करायला आलेला इसम भेटतो. कारण आमच्या मागचा माणूस बाळासाहेब असतो. मी मात्र बाळ्या म्हणून जन्माला आलो, म्हणून हे असं.

हे एक झालं! जर माय डियर वाचक फ्रेंड, आपण पुढे वाचणार असाल तर मी आधीच सावध करतो की या गोष्टीत सुस्त नी पुष्ट-मादक वगैरे वगैरे नायिका नाही. तिचा बिल्डर बाप नाही, म्हणजे काय नायिका नसल्यामुळे तिच्या शिकारी, फौजदारी, बॉक्सर बाप किंवा भावांचा प्रश्नच उद्भवत नाही. प्रेमभंग, नायकांची धडपड नाही. तो तिच्या गळ्यात पडला, त्याने पुन्हा आर्त हाक मारली आणि ती दोघं एकमेकांच्या मिठीत विसावली, असा शेवट नाही. मग तुम्ही म्हणाल, आहे तरी काय? खरं म्हणजे काहीच नाही. याउप्पर वाचायची तयारी असेल तर गोष्ट वाचावी (मराठी माणूस व्यापारात मागे का? याचं उत्तर वरील पॅरिग्राफमध्ये अभ्यासूंना मिळेल) मागून गोष्ट चांगली नव्हती अशी तक्रार चालणार नाही. (व्यवहार रोखीने होतात. नेताना माल पारखून नेणे, मागून तक्रार चालणार नाही)

तरीही गोष्ट एवढी वाचलीच आहे तर पुढेही वाचायचे कष्ट घ्यावे (बिलावरचे चूकभूल देणे घेणे) आता आपण सुरुवातीच्या दोन वाक्यांकडे वळूया! वळलात! (ही गोष्ट माझ्या मापाची आहे.)

तुम्ही वळलेले असतानाच हेही सांगतो की, या गोष्टीचं नाव काहीही असो, सुरुवातीला विषयान्तर असलं तरी आतला मॅटर निराळा आहे. खरं म्हणजे चंद्रकांत खोतासारखं मीही अनेक गोष्टींना अनेक गोष्टीच म्हणतो; पण सर्वच जण त्या त्या गोष्टींना ते ते म्हणतात. मग सांगायची काय आवश्यकता! आपण, मी वैतागलो होतो तिकडे वळलो होतो. मला हाक मारणारा इसम म्हणजे आमचे परमप्रिय आनंद नेमाडे! हा इसम सहसा कधी कुणाला सरळ नावानं हाक मारत नाही. त्याला नेमकी घरगुती नावं व त्यांची लाडीक अपभ्रष्ट रूपं माहीत असतात. कॉलेजात श्रीराम साने जी.एस. म्हणून गॅदरिंगमधे बोलायला उभा राहिला तर त्याने पिटातून 'ए बिंडूऽऽ!' अशी लाडीक सुरात हाक मारली. तिकडे श्रीरामाला घाम फुटलाच. कारण त्याची एकमेव मीरा जगदाळे त्याला बंडू एवजी बिंडू म्हणे आणि हे त्यांचं टॉप सिक्रेट होते; पण इकडे मीरानं पाय आपटत सभात्याग केलेला पाहताच, त्याचं अवसानच गळालं. असा हा आनंद नेमाडे आमच्या नावानं शंख करीत दारात हजर होता.

"काय रे? सकाळी सकाळीच काय?"

"अहो कारभारी! उठलंय रामाच्या पारी जरा धीर धरा!" हातानं तो मला खोलीत ढकलत आत आला.

"अंध्या साला काय चावटपणा रे! तुला किती वेळा सांगितलं की..."

"समोरची वंदना चितळे ऐकते म्हणून?"

इथे आम्ही कपाळ चाचपले. कारण चितळे समोर यायला अजून आठवडा पुरा व्हायचा होता, मी कालच वंदनाची किरकोळ ओळख काढली होती; पण हे विद्वान आम्हाला तिची सर्व माहिती द्यायला आज समर्थ असतील याची मला खात्री होती.

"तू सामान उचलायला वगैरे मदत केलीस म्हणे!"

"हे तुला कसं कळलं? ते जाऊ दे. काम काय काढलंस ते तर सांग!"

"सांगतो!

'मी, एक मोडकी खुर्ची,
तू तिचा सोडलेला पाय,
तिच्यायला!
?
तो पायाचा नि खुर्चीचा जॉइंट

तंदुरुस्ती की रक्षा करता है लाइफबॉय, बॉय! आम्हाला नको गर्ल हवा है बॉय!'

हे काव्य कुणाचं तुला माहीत आहे?''

''हो! हे मीच केलंय. आपल्या कॉलेजच्या मॅगेझिनमध्ये छापून आलंय! पण तू हे मला का ऐकवतोस? आणि तिच्यायलाच्या प्रश्नचिन्हानंतर चिन्हात एक अर्धविराम राहिला, ही लेका म्हणायची कविता नाही.''

''ही कविताच नाही; पण तरी तू छापून आणलीसच ना?''

''ते जाऊदे! पुढचं बोल!''

मला एक कथा – विनोदी, एक दीर्घकथा – रहस्यमय, एक कादंबरी –दर्दभरी व पंचवीस कविता – निरनिराळ्या चालीत लिहून हव्यात. दीडशे रुपये उचलायचे. नावं तुझं पाहिजे तर तुझं, नाहीतर कुणाचंही चालेल!''

''अंद्या! अरे खुळा का काय?''

''बाहेर तर पड! मग सांगतो.''

आम्ही बाहेर पडलो. 'कुठे?' हा माझा प्रश्न बाहेर पडायच्या आधीच तो त्याच्या स्कूटरपर्यंत पोचला होता. या दिवसात वाटेल तेव्हा स्कूटर बाहेर काढणारा माणूस केवळ बापाच्या पैशावर असली मगरूरी करू शकतो हे चाणाक्ष वाचकानं केव्हाच ओळखलं असेल. या पेट्रोलपायी थोर थोर माणसांनी हात टेकले. आमचे एक मित्र रोज सकाळी आपली पर्ल यामाहा हातात धरून लकडीपुलापर्यंत नेतात तिथे पाच मिनिटे पेट्रोल पंपावर, रिक्षा पेट्रोल भरत असतात ते मनसोक्त पाहातात; मग जोरानं पेट्रोल पंपावरची पेट्रोलयुक्त हवा आत घेतात, (स्वत: मनसोक्त श्वास घेताना १८-२८ (उजवे फुफ्फुस १८ डावे २८) सांगतात की काय त्याची मला कल्पना नाही) आणि चालत चालत गाडी ढकलत परत येतात. खोटं वाटत असेल तर सकाळी ७॥ ला बघा.

आमचा फर्ग्युसन जोशी – त्याची इनिशियल्स S.P., शिकला वाडियात, म्हणून नाव पडलं फर्ग्युसन – त्याची याच्या पुढची तऱ्हा! साहेब ल्यूनावर. साहेब म्हणजे तो ज्या कारखान्यात कामावर आहे तिथले डायरेक्टर. मॅनेजर्स हत्तीवर, सेक्शन हेड्स अरबी घोड्यावर, एक्झिक्युटिव्हज् भीमथडी तट्टावर, सुपरवायझर्स खेचरावर आणि उरलेली मंडळी गाढवावर अशी त्यानं प्रतवारी लावली. त्याच्या पंपावर डिझेलऐवजी झाडाच्या फांद्या, पेट्रोलऐवजी कडबा, ९३ ऑक्टेनच्या जागी गवत आणि टेंपो सर्व्हिसऐवजी बैलगाड्या इथपर्यंत कंप्लिट प्लॅन तयार होता. अलम् विषयानंतरेन्! मला S.S.C. ला संस्कृतमध्ये ३६ मार्क होते; हे सांगायलाच हवं का?

आनंद नेमाडेची स्कूटर धावत होती. स्कूटरवरच्या संभाषणाची एक गम्मत असते. पुढचा जे बोलतो त्यातले सर्वच शब्द मागच्याला ऐकू येतातच असं नाही. कारण त्या शब्दांबरोबर हॉर्न, वारा व इतर आवाज पुढचा पान खवय्या असेल तर

त्याचा मुखरस आदी गोष्टी मागे येत असतातच, शिवाय स्कूटर ॲक्सिडेंटमध्ये मागच्या सीटवरला आधी जातो; हे कुणीतरी सांगितलेलं वाक्य सारखं आठवत असतं. याला एक उपाय म्हणजे पुढच्यानं बोलणं सुरू करायच्या आत आपण टकळी चालू करणे किंवा रामनामाचा जप करीत डोळे मिटून कर्त्या करवित्यावर भार टाकणे.

काहीजण एक मोठी चूक करतात. ही मंडळी स्कूटरवर मागे बसल्या बसल्या नॅव्हिगेटरचे काम करू लागतात. ही नॅव्हिगेटर मंडळी बहुधा चाळिशीच्या पुढची असतात. अरे! पुढनं म्हैस येत्ये! बस आली हो! त्या मुली रस्ता क्रॉस करतायत! काय स्पीड आहे रे, ५० का? २५ ते ३० नी गाडी चालवावी! सेकंड थर्ड! (आता व्हेस्पाला चौथा कुठून आणू?) घ्या! अर्रर! मरायचीच! जपून रे बाबा! मी आयुष्यात मुंगीलासुद्धा मारलं नाही (आता मीच तुम्हाला मारतो! थेरड्या गप की! हा थेरडा बाबांचा जवळचा मित्र असतो. त्यामुळे हे मनात)'

मागचा माणूस नॅव्हिगेशन करू लागला, की चालविणाऱ्याला चेव येतो. 'हा लेकाचा आपलं ड्रायव्हिंग कमी लेखतो काय?' म्हणून तोही भन्नाट गाडी चालवू लागतो नि नॅव्हिगेटरला मग सूचना द्यायला जोर येतो. अशात समोरून बाई गाडी चालवत असावी किंवा शाळा सुटलेली असावी. असा चित्तथरारक अनुभव पुन्हा येणे नाही. आनंद नेमाडेंच्या मागे बसलं की रामनामाचा जप करणं श्रेयस्कर ठरतं. आज तो 'मे महिना संपायच्या आत गावस्कर इंग्लंडमध्ये शंभर रन्स करेल की नाही!' या किंवा तत्सम विषयावर बोलत होता. तो स्कूटरवर असताना जमिनीवरचा विषय कधीच कंटीन्यू करीत नाही. आम्ही एका निवान्त. हॉटेलजवळ आलो. त्याने स्कूटर पार्क केली. आम्ही आत शिरलो. आत शिरतानाच माझ्या मनातला राग उफाळला ''हे बघ! माझ्या कवितेची चेष्टा करायचं काम नाही!''

''कुठली कविता?''

''कॉलेजच्या मॅगेझीनमधली!''

''अजून तू तिथेच रेंगाळतोयस होय?''

''मग? कविता आतून येते!'' मी छातीच्या डाव्या बाजूस हात लावून सांगितलं! त्याने गंभीर चेहरा करून ''सॉरी!'' म्हटले. आम्ही बसलो. इथे आणखी एक डायव्हर्शन आहे! असायलाच हवे! सांप्रती दुष्काळी कामांमुळे किंवा इतर अनेक गोष्टींमुळे डायव्हर्शनशिवाय मार्ग मिळत नाही. मी कुठल्याही हॉटेलात गेलो तर तिथलं पब्लिक पहिली गोष्ट काय करतं ठाऊक आहे? एकजण येतो- बसल्यापासून दोन मिनिटांच्या आत तो टेबलाखाली शिरतो. 'साहेब पाय वर घ्या!' अशी ऑर्डर सोडून केरसुणीनं धूळ उडवून जातो. मग दुसरा इसम गुलाबपाणी शिंपडावे तसा हॉटेलभर पाण्याचे प्रोक्षण करीत जातो. याच वेळेस एखादा चलाख

वेटर माझ्या शर्टसकट टेबलावर फडके (फडके म्हणजे कापड! नाहीतर समस्त सदाशिव पेठी, हरिपंत फडक्यांचे वंशज कोर्टात जातील म्हणून खुलासा) मारतो. आनंदच्या मते यामुळे माझा शर्ट वर्षातून काही काळ होईना पाण्याच्या सान्निध्यात येतो. एवढ सगळं होत असतानाच आणखी एक लहान पोऱ्या एका कळकट ओल्या फडक्यानं हॉटेलच्या फरशीवर हातानं स्केटिंग करून जातो.

याची मला इतकी सवय झाली आहे, की सर्व सोपस्कर झाल्याशिवाय मी ऑर्डरच देत नाही. त्याप्रमाणे हे विधी पार पडले. आम्ही ऑर्डर दिली. मी सिगारट पेटवली. आनंदनं बिडी काढली. पेट्रोल महाग झाल्यापासून तो सिगारेट सोडून बिडीवर आलाय आणि मग तो म्हणाला, "आता बोल!"

"बोल काय लेका? तूच बोल!"

"मी बोलू?"

"हो!"

"बोललो!"

"काय मूर्खपणा आहे. आज सकाळीच डोस लावला की रात्रीची उतरली नाही?"

"मित्रा शांत हो! There are times when you should not lose your calm!"

हे इंग्लिश बरोबर असण्याची शक्यता नाकारता येत नव्हती. म्हणून मी काहीच बोललो नाही. "चर्चिल, रूझवेल्ट, केनेडी अशा लोकांच्या यशाचं हेच रहस्य आहे. शांती: शांती: शांती:!"

"ए भाऊ! फुकटचा पिळू नको! काय असेल ते बोल, मोकळं कर! काय सक्काळी सक्काळी भंगार लावलंय?"

"तुला मंजिरीबाई दुधीभोपळे माहिती आहेत?"

"ती समाजसेवा, अश्लीलता वगैरे वगैरे वाली?"

"करेक्ट! तीच!"

"तिचं काय झालं?"

"तिनं मला सापळ्यात धरलाय?"

"व्हॉट?"

"सा-प-ळ्या-त! शी हॅज कॉट मी इन अ ट्रॅप?"

"कसला सापळा?"

"तिच्या पोरीचा!"

"सावध! हे वाक्य घाशीराममधलं आहे, तुझ्या दुधीभोपळेबाईचा मोर्चा येईल."

"येऊ दे! पण वाचव!"

"मी कसा वाचवू?"

"सांगतो ऐक!"

"ऐकतो सांग!"

"दोन स्पेशल मसाला, पहिले वडा-सांबर!"

मामला नक्कीच गंभीर होता, ऑर्डर खटकन बाहेर पडली होती. मी माझे कान सज्ज केले, हात नि तोंड सज्ज होतेच.

"एक दिवस काय झालं –"

"काय?"

"गप रे! मधे मधे बोलू नको, मला सांगू देत!"

"मिस्टर आनंदराव! अब मेरे दिन है! सासूके दिन बीत गये, अब सूनके चालू है!"

"मी माफी मागतो तुझी, ते कवितेचं एवढं नको मनाला लावून घेऊ गड्या! चेष्टा होती ती!"

"मग बोल!"

"एक दिवस आम्ही दुधीभोपळेबाईंकडे गेलो होतो. कशाला ते विचारू नकोस. मूर्खपणा झाला." हे शक्य होते. कारण आनंदला कारण नसताना असंख्य उद्योग असतात. घरचं फस्क्लास होतं; पैशाची काळजी नव्हती, त्यामुळे त्याला असंख्य उद्योग असत. काढली स्कूटर की चालले. देणग्या, जाहिराती, वाचकांचा पत्रव्यवहार वगैरे प्रचंड उपद्व्याप त्याच्यामागे असत.

"आम्ही गेलो तेव्हा बाईंची मुलगी कुठूनतरी शॉर्ट्स आणि कॅन्व्हासचे बूट घालून आली!" माझा पुढचा प्रश्न ओळखून त्याने मला हाताने थोपवले, "वरती शर्ट होता! मग बाई नावाला शोभतील असे हात स्लीव्हलेसमधून दाखवत बाहेर आल्या (इतर अवयवांचे वर्णन करण्यासाठी त्याच्या नावातले दुधी काढून टाक) त्यांनी नमस्कार केला. मग आमची पिळापीळ सुरू झाली. अर्थातच अश्लीलतेवरून, मग त्यांनी मला व्याख्येसकट अश्लीलता सोदाहरण पटवून दिली; पण त्या दिवशी माझं टाळकं तापलं होतं. आमचे चेंगीजखान, तैमुरलंगादी मंडळी चिडली होती. त्यांनी आमची बाग उपटवून त्यावर फरशी घालायचे ठरवले होते."

डायव्हर्शन– चेंगीजखान म्हणजे आनंद राहात होता त्या वाड्याचे मालक, तैमूर हा त्यांचा मुलगा, तो आपण ग्रेगरी पेकसारखे चालतो असे समजे आणि ती स्टाईल करण्याच्या नादात लंगडत जाई. त्या मालकांनी आपल्या एका भावाला कायदेशीररीत्या वेडा ठरवून घेतले होते आणि ते स्वत:च त्याला वेडा महंमद म्हणत. म्हणून आनंदने मालकांच्या दारुड्या पोराला उमरखय्याम व दुसऱ्या पोराला तैमूर आणि मालकांना चेंगीजखान म्हणायला सुरुवात केली होती. साहजिकच

सतत रेडिओ सिलोन ऐकणारी मालकांची मुलगी झेबुन्निसा ठरली होती. मालकांना झेबुन्निसा आनंदच्या गळ्यात मारायची होती. आनंदही हुरळला होता; पण झेबुन्निसानं नाही म्हटल्यामुळे वाचला होता. तेव्हापासून त्यांचे राजकीय संबंध ताणलेलेच होते. त्यात आनंदला आता चांगली स्थळं सांगून यायला लागली होती आणि आनंद शिक्षण व्हायचंय म्हणून लग्न करायला तयार नव्हता. 'झेबुन्निसा नि मी असे दोघंच संबंध पृथ्वीवर हयात राहिलो, तर मी सरकारी केंद्र शोधून ट्रांझिस्टर मिळवीन; पण तिच्याशी लग्न करणार नाही.' अशी जाहीर प्रतिज्ञा त्यानं केली होती. आम्ही हे आधीपासूनच म्हणत होतो कारण झेबुन्निसा या प्रतिज्ञेइतकीच घोर होती. डायव्हर्शन संपले, आभारी आहोत.

आनंद त्या दिवशी वैतागलेला होता. त्या भरात त्यानं प्रचंड स्पष्टवक्तेपणा अंगीकारला. इतर वेळेस आनंद बऱ्यापैकी माणसात असतो; पण तो लोकमान्य मूडमध्ये असला, की तो मास्तरला मास्तर म्हणणार नि बापाला बाप. आनंदचं आणखी एक वैशिष्ट्य सांगायचं राहिलं तो कुठल्याही प्रसंगी नुसता तोंडी सांगू शकत नाही, त्यासाठी त्याला काही तरी गोष्ट हाताशी लागते. हा त्याचा गुण गर्दीच्या वेळी फिट्ट उपयोगाला येतो.

समजा तुम्ही संध्याकाळी तुमच्या रोजच्या हॉटेलात गेलाय. तुमच्या नेहमीच्या टेबलावर तर माणसं आहेतच, पण इतरत्रही बसायला जागा नाही. तुम्हाला तर रोजची हजेरी लावून चहा-बिडी, गप्पा झाल्याशिवाय चैन पडणार नाही! अशा परिस्थितीत आपल्यासारखी सामान्य माणसं काय करतील? तुमच्या-माझ्यासारखी माणसं टेबल रिकामं होईपर्यंत थांबतील. त्यातल्या त्यात चतुर माणसं चहा पिऊ लागणाऱ्या किंवा वेटरनं बिल नेऊन ठेवलेल्या टेबलाजवळ जाऊन उभी राहातील. बट नॉट आनंद! अशा प्रसंगी छत्रपती कसे वागले असते? थोरल्या बाजीरावानं काय केलं असतं? नेपोलियननं कसा व्यूह रचला असता किंवा जनरल जगजितसिंग अरोडांनी कसे रणगाडे घुसविले असतील? या प्रश्नांशीच आनंदची मन:स्थिती मिळतीजुळती असते, तो कमरेवर हात ठेवून मध्यभागी उभा राहातो. आजूबाजूचे रणांगण न्याहाळतो. रणभूमीवरचा कमकुवत भाग लक्षात आला की 'चला रे!' असे म्हणत तो एखाद्या टेबलाजवळ जातो.

साधारणत: शत्रू संख्येनं कमी असतो, एकटा चहा पीत बसलेला चष्मेवाला किंवा दोघे प्रौढ गृहस्थ बसलेत असं एखादं टेबल त्याच्या दृष्टिपथात आलेलं असतं. प्रथम आपण टेबलावर एकटाच माणूस बसलाय हे उदाहरण घेऊ.

पडदा वर जातो तेव्हा टेबलावर एकच माणूस बसलाय. त्याच्या उजव्या बाजूस एक सिगारेटचं पाकीट असून, त्यावर काडीपेटी आहे. सदरहू इसमापुढे एक अर्धा रिकामा व तळाकडून अर्धा भरलेला असा ग्लास असून, दुसऱ्या ग्लासात

वरून अर्धा इंचापर्यंत पाणी नाही. हा ग्लास भरलेला आहे– पाण्याने. इथे आपण आनंद नेमाडेबरोबर या एकांकिकेत प्रवेश करतो. (हक्क लेखकांचे स्वाधीन) प्रवेश केल्यावर आपण उरलेल्या खुर्चीवर बसतो. बसण्याआधी आनंदाने त्या माणसाची अत्यंत सभ्यपणे परवानगी काढलेली असते.

थोड्या वेळानं वेटर येऊन काय आणू असं विचारतो, "पहिल्यांदा पाणी आण!" ही ऑर्डर गेल्यावर पाणी आणून ठेवलं जातं आणि आनंदला त्याचा फॉर्म गवसतो.

"आयला! त्याचं काय झालं विज्या!"

"काय रे?"

"तुला माहीत नाही? कमाल आहे!"

"अरे पण कशाबद्दल?"

"तुला ठाऊक नाही ना! अरे कसला भयाण प्रकार होता तो?–"

इथे आपण आनंदच्या तोंडाकडे बघू लागतो.

आनंद एक ग्लास उचलून हातात घेतो आणि दुसरीकडे ठेवतो. "आम्ही हे असे चाललो होतो! रम्याची स्कूटर होती! तेवढ्यात तिकडून एक मालट्रक हा असा–" तुमच्या पुढ्यातला ग्लास त्या अनोळखी माणसाच्या डिशजवळ जातो. "आला त्याच वेळेस एक लहान पोरगं सायकलवरून इकडून–" त्या अनोळखी माणसाचा – 'क्ष'चा ग्लास त्याच्या जागेवरून आनंदाच्या समोर जातो. याच वेळेस आमचा चहा किंवा खाद्यपदार्थ येतो, आता आनंदला हातात चमचे मिळतात किंवा आणखी कपबशांची राखीव फौज त्याच्या मदतीला येते. त्यात त्या माणसाच्या डिशमध्ये किंवा सिगारेट पाकिटावर पाणी सांडतं. आनंद खूप लाजून किंवा दुःख झाल्याचं नाटक करीत 'सॉरी' म्हणतो, हा प्रकार चालूच रहातो. तो अपघात किंवा तो क्रिकेटच्या मॅचमधला प्रसंग किंवा विनोद संपेपर्यंत टेबलावर– म्हणजे टेबलाभोवती फक्त आम्हीच शिल्लक उरतो. सॉरी हं! आपणच शिल्लक राहिलेले असतो.

डायव्हर्शन संपले. मुख्य रस्ता 'खाच खळग्यासहित' सुरू होत आहे. स्प्रिंगची काळजी असेल, तर वाहने सावकाश हाका नाही तर मरा!

दुधीभोपळेबाईंनी आनंदला अश्लीलता या विषयावर लेक्चर सुनवायला सुरुवात केली आणि बोलता बोलता विषय 'आजची तरुण पिढी!' या गुळगुळीत मुद्द्यावर पोहोचला. आनंदला या गुळगुळीत मुद्द्याचा भयंकर राग आहे. त्याच्यातील क्रांतिकारक खवळून जागा झाला.

"बाई! दोन मिनिटे थांबाल काय?" त्यांना हाताने थोपवत आनंद म्हणाला, " 'वासना चेतवते ते अश्लील.' तुमचे म्हणणे मला मान्य आहे! मग याप्रमाणे तुमच्या घरात अश्लीलता ओतप्रोत भरून राहिली आहे, ही मासिकं पहा! यातल्या

ब्रेसियरच्या जाहिराती पहा, काखेतले केस काढायच्या जाहिरातीची चित्रे; माझी छाती १२ सें. मी. ने एका आठवड्यात वाढली. मी आता माझ्या यजमानांना अधिक आनंद देते. म्हणजे यांचे यजमान काय अजून बोंडल्याने दूध पितात काय? हसू नका!'' त्यानं त्याच्यापुढची बाईकडची इंग्रजी साप्ताहिके भराभरा उघडायला सुरुवात केली, हा प्रिन्सेस ॲनची चड्डी दाखवणारा फोटो, 'माझे पतिराज मला सोडून गेले, माझे चाळीतल्या एका तरुण विद्यार्थ्यावर प्रेम आहे?' 'माझे उरोज खुरटे आहेत! काय करू? –क्ष!' बघा! अरे आम्हाला काय भावना नाहीत? ही अश्लीलता तुम्हाला चालते नि साली समाजाला काय शहाणपण शिकवताय? ही महिलांची मासिकं तर फार वाईटसाईट छापतात हो! I am serious तरुणांच्या भावना चाळवल्या जातात. अंडरवेअरचं नाव काय तर जॉकी! हे काय कमी अश्लील आहे?'' हे बोलत असतानाच समोर असलेले सरबत त्याने एका घोटात संपवले. ''आता या मुली कसलेही कपडे घालतात. तुमचीच मुलगी बघा!''

त्याचं हे भाषण आणखीही लांबलं असतं. तेवढ्यात बाईकडे कुणी तरी आले म्हणून त्यानं व त्याच्या बरोबरीच्या माणसानं बाईचा निरोप घेतला आणि आनंद व त्याच्याबरोबरीचा माणूस घाईघाईने बाहेर पडला. 'सत्य सदा बोलावे' प्रमाणेच आपल्या गुरू आणि बापांनी (बापांनी आदरार्थी बहुवचन नसेल तरी बाप एकटाच समजावा. मी सायन्सचा माणूस, मला व्याकरण तितकसं येत नाही. हं, माझी चूक मला मान्य आहे. कृपया या विषयावर पत्रव्यवहार करू नये!) घाईमुळे सत्यनाश होतो या किंवा तत्सम अर्थाचं एक सुभाषित बोलून ठेवलं आहे. पी. जी. वुडहाऊसनं जसं महाराष्ट्राला आधुनिक विनोदी साहित्य पुरवलं तसंच इतर आंग्लबंधूंनी अनेक सुभाषितं पुरवली. अर्थात, साहेबाचा अनुभव म्हणजे तो सर्वश्रेष्ठच ठरायला हवा. त्याप्रमाणे त्यांच्या बाहेर पडण्याच्या घाईमुळे कार्यनाश झाला होता. एकतर मिस्टर दुधीभोपळे यांच्या कंपनीच्या मिसेस दुधीभोपळे कुणी तरी होत्या म्हणून त्यांच्याकडून जाहिरात मिळवण्यासाठी हे दोघे तिथे गेले होते. ती जाहिरात बोंबललीच होती; पण तरीही आनंद हटला नाही.

जाऊ द्यात हो भाऊसाहेब! ही छपरी माणसं! ही काय जाहिरात देणार? जे झालं ते बरंच झालं! साल्या फुकाच्या खेपा तरी वाचल्या!

त्याच सुमारास आनंदच्या लक्षात आणखी एक गोष्ट यायला हवी होती. पण आली नाही. ती म्हणजे त्याची अटॅची केस दुधीभोपळे निवासात विसावली होती. घाईघाईत ती बगलेत मारायला तो विसरला होता. ही गोष्ट त्याला दुपारी आठवली. आता ललित भाषेतच बोलायचं तर त्याच्या मनात वैचारिक द्वंद्व सुरू झाले. आनंदच्या अस्मितेलासुद्धा कदाचित धक्का वगैरे पोचवला. (मला कुणीतरी हे अस्मितेला धक्का प्रकरण समजावून दिलं तर बरं होईल. नाही तर जिवंत पेशंटला

केसपेपरऐवजी पोस्टमॉर्टेमचे कागद मागणाऱ्या मंत्र्याची अवस्था व्हायची.) सकाळीच शिवीगाळ केलेल्या बाईच्या घरी परत जायचे धाडस त्याला होत नव्हते, हा त्यातला खरा भाग होता. तो वैतागला. काय करावं हे त्याला सुचेना. To be or not to be आईच्या भाषेत 'जगावं की मरावं' हॅम्लेटच्या आईच्या भाषेत पहिलं वाक्य. तुमच्या आमच्या आईच्या भाषेत दुसरं वाक्य, तर हॅम्लेटप्रमाणे आपल्या कथानायकाची 'जावे की न जावे' अशी अवस्था जाहली.

बा वाचकमित्रा, अशा परिस्थितीत आपल्या शूर कथानायकाने काय करावे बरें? 'रे' वर खणखणीत मोठा अनुस्वार! त्याने जे इतर कथानायक करतात तेच केलं. त्यानं धाडस केलं असं लेखक म्हणू शकेल पण आजच्या काळाशी आजच्या परंपरेशी प्रामाणिक राहायचे ही परंपरा खरी कालकडून आजकडे चालत येते. हे वाक्य माझे स्वत:चे आहे, तर त्यानं व्यवहार साधला नि तो परत बाईच्या घरी गेला. मी बाईंकडे म्हणणार होतो; पण तो विनोद अपेक्षित होता म्हणून टाळला, बरं का? आणि इथेच तो प्रख्यात सापळा उघडला गेला. त्यात या विद्वानांनी प्रवेश केला आणि तो सापळा मिटला. आता आनंदला त्या सापळ्यातून बाहेर पडायचं होतं. ज्या वेळेस आनंद दुधीभोपळ्यांच्या घरी गेला त्या वेळेस दुधीभोपळेबाई समाजकार्यासाठी घराबाहेर पडल्या होत्या. तेव्हा प्रमुख धोका टळला होता. आनंदने बेल वाजवली. बेल किंवा घंटी अनेकवचन बेला किंवा घंट्या. या निरनिराळ्या प्रकारच्या असतात. त्यावरून साधारणपणे घराची कल्पना येते. काही बेला, थांबा आधी बटणांचे वर्णन करू. पूर्वीच्या काळी दारावर एक दोरी असे. ती ओढली की घरात घंटानाद होई. शहाजहानची का जहांगिराची ऐतिहासिक घंटा प्रसिद्ध आहेच. जनानखान्यातल्या बादशहालादेखील बाहेर खेचायचे सामर्थ्य त्या घंटीत होते. बाबूराव अर्नाळकरांच्या कादंबऱ्यात धनंजय जेव्हा खेडेगावात जातात तेव्हा ते दार ठोठावतात. इंग्लिशमधला हा नॉकर किंवा ठोठाव्या मी अजून बघितला नव्हता. परवा एका कर्नल (रिटायर्ड) साहेबांकडे गेलो तेव्हा दारावर हे गणित दिसलं. कुतूहलाने हे काय यंत्र असावं त्याचा विचार केला. बेलचं बटण दिसलं नाही. शेवटी हाताने दार ठोठावलं. कुणीच आलं नाही, माझ्या बोटांची हाडं दुखावली.

दुसऱ्या दिवशी कर्नलसाहेब भेटले. आधीच कर्नल त्यात रिटायर्ड, बरं त्यांची बोलायची पद्धत परेड ग्राऊंडवरची. त्यामुळे सर्वत्र आग लागली असावी असा भास होत होता. आम्ही भानुविलासच्या चौकात बोलत होतो. ते बघायला अप्पा बळवंत चौकातनं माणसं आली होती. उंबऱ्या गणपती चौकातल्या माणसांना यावं लागलं नाही. ते आपापल्या खुर्चीतून उडाले, ते डायरेक्ट आमच्या आजूबाजूलाच. हा माणसांचा पाऊस कसला? हे बघेपर्यंत तिथे प्रचंड गर्दी जमा झाली. नि त्या रेटारेटीत कर्नलसाहेबांची आणि माझी ताटातूट झाली.

तोपर्यंत आमचे जे बोलणे झाले त्यावरून आजकालची तरुण पिढी बेजबाबदार आहे. त्यांना वेळेची जाणीव नाही याचबरोबर कर्नलसाहेबांच्या बंगल्याच्या दारावर जे यंत्र होतं ते म्हणजेच नॉकर हे मला कळलं. यावरून आणखी एक आठवण झाली. आमच्या लहानपणी आम्हाला एक ग. बा. भिडे नावाचे हेडमास्तर होते. सगळेजण त्यांना गबाळे बावळट भिडे म्हणत. त्यांना कान पिळायची (विद्यार्थ्यांचे) फार सवय. रिटायरमेंटनंतर त्यांनी दारावर एक ब्रासचा कान (कानाचा आकार) बसवला. हा कान पिळला की बेल वाजत असे. नंतर मग आजकालची बटणं आणि काळ्या गोलावर पांढरे बटण हे बराच काळ चाले, आता तेही निवृत्त झालं.

तर अखेरीस धीर करून आनंदनं बेल वाजवली आणि त्याला धक्काच बसला. हे आपली एक म्हणायची पद्धत. खरं म्हणजे धक्काबिक्का काही बसला नसावा.

''दार कुमारी दुधीभोपळेनं उघडलं रे! आयला मला काय सुचेना! गुलाबी साडी नेसली होती, वण्डरफुल दिसत होती.''

''मग तू केलंस काय?''

''करणार काय रे आपण? काही करायला तो काय पिक्चर आहे काय?''

''मग?''

''मग काय? तिनंच विचारलं, कोण पायजेल? असं!''

आनंदने अंतराळी दृष्टी लावली. मीही काही बोललो नाही; पण वेड्यावाकड्या कशातूनही न जाता त्याची समाधी लागलेली पाहून मला जरा बरं वाटलं, नाहीतर पंचाईत झाली असती. हळूहळू त्याची समाधी उतरली. त्याच्याच भाषेत बोलायचं तर मानस संभोगातून जो बाहेर आला. त्याने सुस्कारा सोडला.

''मग मी तिला म्हटलं मला मिसेस दुधीभोपळे हव्यात!''

''त्या बाहेर गेल्यात!''

''बरंच झालं! माझी तेवढी बॅग देता का हो?''

''बॅग? कसली बॅग? तुम्ही कोण?''

''मी आनंद नेमाडे, सकाळी तुमच्या मातोश्रींकडे आलो होतो. जाताना बॅग विसरलो!''

''ईऽऽऽ! मातोश्री काय?''

''आँ!''

''मातोश्री म्हणायला ती काय एवढी म्हातारी आहे!''

''त्या बहीण आहेत का तुमच्या?''

''नाही!''

''मग?''

''आई आहे ती माझी.''

"तेवढी बॅग–"

"डॅडी, ते सकाळचे आलेत!" हा आवाज आडव्याही पट्टीच्या पुढचा होता. तुम्ही टारझन बघितलाय का? त्यात तो मेलेल्या शत्रूवर पाय ठेवून ओरडतो त्याची आठवण झाली आनंदला. मुख्य म्हणजे डॅडींचा काय संबंध ते त्याच्या लक्षात येईना!

तेवढ्यात डॅडी आले. गोरे, स्थूल, मध्यम वयस्क, बायफोकल्स, यशस्वी, टक्कल, पांढरे केस! त्यांना नमस्कार करणं त्यामुळे भाग पडलं. त्याची बॅग त्याला जवळपास दिसतच नव्हती. कुठल्याही क्षणी मिसेस दुधीभोपळे यायची शक्यता नाकारता येत नव्हती. पुढे मिस्टर, मागे याची पिछाडी मोकळी, मागून सौ. दुधीभोपळे आल्या की मध्ये अडकणारा होता. रोमेललासुद्धा अशी आयडियल सिच्युएशन त्याच्या यशस्वी कामात मिळाली नसेल. तेवढ्यात डॅडींनी दात विचकवले.

"अरे! तुम्ही दारातच उभे? आत या ना! चिंटू त्यांना सरबत आण!" आनंदला काही सुचेनासा झाले; पण आता निदान सौ. दुधीभोपळे आलेल्या कळणार होत्या. पण तरी त्याला हा डाव असावा हे कळेना. आफ्रिकेत पूर्वीच्या काळी इदी अमीनचे पूर्वज माणसाला खाण्याआधी भरपूर खायला घालत त्यापैकी हा प्रकार आहे की काय? या कोड्यात तो पडला.

"तुमचं नाव काय म्हणालात?"

"मी कुठे काय म्हटले?" आनंदला समोरचं उघडं दार दिसत होत. आपण एकदम स्प्रिंट मारला तर. श्री. दुधीभोपळे यांच्या ताब्यात फार तर बुशकोटचं टोक सापडेल असं त्याला वाटलं; पण त्याचवेळी जर समोरून सौ. दुधी आल्या तर आपलं काय होईल हा विचार, विसरलेल्या बॅगची आठवण आणि सरबताचा ट्रे घेतलेली चिंटी यांनी त्याच्या मनात व त्या खोलीत एकदमच प्रवेश केला आणि पलायनाचा विचार त्याने मनातून काढून टाकला. दुधी म्हटलं तरी भोपळा, भोपळा म्हटलं तरी भोपळा, चेहेऱ्यावरून तरी माणूस क्रूर वाटत नव्हता हे एक आणि समोरच्या कोचावर चिंटी दुधीभोपळे एक पाय मुडपवून बसली होती, हे दुसरे. त्यानं लढायचं ठरविलं; पण लढाई झालीच नाही. ट्रेमध्ये बटाटे-चिवडा नि सरबत होतं नि बाप-लेकीच्या वाणीत साखर!

"कॉंग्रॅच्युलेशन्स मिस्टर..."

"...आनंद नेमाडे." चिंटीनं बाबाचं वाक्य पुरं केलं. डॅडी जरासा बाहेरचा कानोसा घेऊन बोलत होते.

"चिंटींन सांगितलं सगळं मला! कुणीतरी बोलायला हवंच होतं! मी बरेच दिवस म्हणत होतो बोलायचं म्हणून. पण तुम्हीच ते केलंत!"

''काय फायर केलंय डॅडी यांनी! मी पडद्यामागून ऐकत होते! मम्मीला उत्तरच सुचलं नाही!''

''ब्राव्हो यंग मॅन! खरं सांगू? मला धीरच होत नव्हता!'' आनंद खाली मान घालून बटाटेचिवडा खात होता. हा सर्व प्रकार पुढे कोणते वळण घेणार याचा अंदाजच त्याला येत नव्हता. पाठ थोपटून धोबीपछाड मारणारे लोक त्यानं पाहिले होते. हा त्यातलाच प्रकार असेल या कल्पनेनं तो नुस्ताच हुं! Oh I see यापलीकडे बोलतच नव्हता.

''मला असले 'फायरी' तेज तरुण आवडतात, आम्हाला जे पंचवीस वर्षांत जमलं नाही ते तुम्ही पहिल्या ओळखीत केलंत! घ्या अजून घ्या चिवडा थोडा! चिंटी–''

चिंटी चिवडा आणायला आत गेली नि पुढच्या वाक्यात आनंदला धोबी पछाड बसली.

''बरं का नेमाडे! आमच्या चिंटीसाठी मी अशाच तरुणाच्या शोधात होतो. तिला रिंगमास्टर हवाय. बघा तुमचा विचार काय आहे तो? तुम्ही M. A. च्या फायनल वर्षाला आहात. नोकरीची काळजी माझ्यावर. तुमचं काय म्हणणं आहे?''

एवढी हकीकत आनंदनं मला सांगितल्यावरही मला त्याची अडचण काय आहे ती कळेना? आयला हिंदी पिक्चरच्या हीरोपासून काही अतिनवीन उभयान्वयी लोक सोडले तर सर्वसामान्य माणसाला बरी दिसणारी, श्रीमंत बापाची पोरगी मिळाली तर हवीच असते. आतापर्यंतच्या कथनात कुठेही चिंटी, चिंटी की माँ आणि बाबा यापलीकडे तिसऱ्या व्यक्तीचा उल्लेख नव्हता. आता याला अडचण काय? आनंद हा सर्वश्रेष्ठ बाळासाहेब होता. आम्हाला मुलगी सांगून यायला तयार नव्हती. मी त्याला तसं म्हटलं —

''अरे! गंमत – गम्मत – गम्मत तर तीच आहे!'' मीही गंमत हा शब्द तीन प्रकारे लिहून दाखवला पण तो पुढे कुठल्याही धड्यात येणार नाही. कारण मी बाळ्या आहे. ''ग्रीन सिग्नल!''

''मी सरळ हो म्हटलं!''

''काय?'' मी जोरात ओरडलो. खरं म्हणजे ओरडायचं काहीच कारण नव्हतं. इतका वेळ मी मनातल्या मनात त्यानं 'नाही' म्हटलं, हे ऐकल्यावर त्याला कसा फाडायचा याचा प्लॅन तयार केला होता. तो सगळाच बोंबलल्यामुळे मी खचलो व ती निराशा त्या 'काय?' मधून बाहेर पडली होती.

''च्यायला, मी खरंच हो म्हटलं!''

''मग बिघडलं कुठं?''

''घरी कसं नि काय सांगू?'' बाबा नरमांस भक्षण करतील! मला चिलयाबाळा-

सारखा कांडतील! मोठे दोन भाऊ नि एक बहीण लग्नाची आहे. मी त्यांच्या दृष्टीनं लहान आहे; प्रत्येक स्थळाला तेच ऐकवताहेत!''

''म्हणून माझी मदत हवी आहे!''

''करेक्ट! बाळासाहेब! माझ्या मनातलं ओळखलं!''

''बरं ते कथांचं वगैरे काय म्हणत होतास?''

''ते मागून पाहू! हे निस्तरा! पाय धरतो आपले!'' असं म्हणत त्याने हस्तांदोलन केलं!

मी आनंदच्या घरी लहानपणापासून येतोय जातोय! मला हे लग्न जमवणं अजिबात अवघड गेलं नाही. त्याचे बाबा ओरडले, नाही असं नाही. पण अखेरीस चिंटी 'पडवळ' दुधीभोपळे CSK (चि. सौ. कां.) आणि चिरंजीव आनंद यांचा लग्नसोहळा पार पडला. त्यांच्या लग्नात मी होतोच. मला त्याला दोन प्रश्न विचारायचे होते. एक म्हणजे 'ती अ‍ॅटॅची त्याला मिळाली की नाही?' पण चिंटी मिळाल्यावर अ‍ॅटॅचीचे काय? अस विचार करून मी तो प्रश्न रहित केला.

दुसरा नि महत्त्वाचा प्रश्न मी तो हनीमूनहून आल्यावर विचारला. थांबा! यात अश्लील किंवा वैयक्तिक काहीही नाही. उगाच वेड्यावाकड्या गोष्टी मनात आणू नका! तसं तर त्यानं हनीमूनला कुठे कुठे, कसं कसं नि काय काय केलं ते मला मी न विचारताच ऐकवलंय. पण मी ते तुम्हाला सांगणार नाही. कारण हनीमून तुम्ही कुठे करता हे महत्त्वाचं असलं तरी ते जनतेला सांगणं श्रेयस्कर नसतं मित्रांमित्रांत ठीक आहे.

तो हनीमूनहून परतला नि नंतर मी त्याला विचारले,

''रे आनंद! अरे त्या दीडशे रुपयांचं, कथा-कवितांचं काय रे?''

तो म्हणाला ''वत्सा! तुला दीडशे रुपये हवेत? आहेर मांडायला तूच की रे बसला होतास!'' हे आमच्या वर्मावर बोट होतं. पण मित्रांत हे चालतं.

''तरी मी तुजप्रती दीडशे रौप्यमुद्रा देईन; पण अट ऐक!''

''बोल मित्रा, तुझ्या मुखातून तो 'पण' बाहेर काढून माझी कर्णपटले धन्य कर!''

''पुन्हा लेखणी हातात धरायची नाही! तोंड चालू दे! अरे महाभारतात भगवान कृष्णदेखील म्हणालाय –

''न धरी शस्त्र करी मी, गोष्ट सांगेन युक्तीच्या चार!'' ''पण त्यानं गीता....!''

''सांगितली!''

''मग ते लिहून मागत होतास ते?''

''आमच्या घरी वट असलेला असा तू माझा एकमेव मित्र! तुला काहीतरी आमीष दाखवीणं भाग होतं माझ्या राजा!''

"मी पुढे काय बोललो हे सांगायलाच हवं का?"

×   ×   ×   ×

ते छापलं तर खिळेसुद्धा जळतील.

आनंद मात्र हसत हसत गाडी स्टार्ट करून निघून गेला होता.

∎

व्यवहारी

आमचं लग्न झालं ती कथा कधीतरी सांगता येईल किंवा नाही सांगितली तरी चालण्यासारखी आहे. पण सांगायचं झालं तर ही कथा मग मुंबईच्या गजबजाटात सुरू होते.

मुंबईत जायचं म्हटलं की उतरायचं कुठे हा प्रश्न निर्माण होतो. मी असाच बॅग घेऊन दादर स्टेशनवरून बाहेर पडलो. तेवढ्यात एक माणूस मला सामोरा आला ''साहेब!'' तो म्हणाला, ''अगदी नवं हॉटेल आहे. रेट्स एकदम स्वस्त!'' नवं हॉटेल म्हटल्यावर जायला काही हरकत नव्हती. कारण या मंडळींना अजून माज यायचा असतो. चादरी व अभ्रे अजून फाटलेले नसतात व सर्विस एकंदरीने बरी मिळते. बेल वाजल्यावर नोकर येतात. संडास-बाथरुम्स स्वच्छ असतात. भिंतींना रंग असतो. इतरत्र तेलाचे वा इतर कसले डाग नसतात. कालांतराने हे बदलते. त्यामुळे नवे हॉटेल म्हटले की मी नाही म्हणत नाही. सगळ्यात महत्वाचे म्हणजे इथले दरपत्रकही डोळ्यांना सुखावणारे असते.

''कुठंय हॉटेल?'' मी त्याला विचारलं.

''हे काय पलिकडेच!'' त्याने उत्तर दिले. माझी बॅग हातात घेतली, आम्ही निघालो.

मी दुसऱ्या दिवशी सकाळी खाली उतरलो नि सरळ गल्ल्याकडे वळलो. ''सालं काय हॉटेल आहे का काय?'' मी जोरात विचारलं. गल्ल्यावरच्या माणसाने हातातला पेपर बाजूला केला. आपले दात कोरायचे आंतरराष्ट्रीय महत्त्वाचे काम थांबवले नि चिखलात निवांत बसलेली म्हैस कुणी दगड मारू लागलं की काय कटकट आहे ही अशा नजरेने जशी बघते तसं तो माझ्याकडे बघू लागला. म्हणे नवं हॉटेल.

“काहो? मॅनेजर कोण आहे इथे?”

“काही कल्पना नाही बुवा, मी आपला पेपर्स वाचायला इथे येतो.”

“बोंबला, च्यायला! कोण आहे रे तिकडे?” मी वाक्य फेकले. या वाक्या-मागोमाग श्री. धवन यांनी एंट्री टाकली. स्टेजवर असते तर त्यांनी या एंट्रीला नक्कीच टाळी घेतली असती. त्याचं नाव धवन.

हे नंतर कळलं. पण तेव्हा खूपच उशीर झाला होता. “क्या चाहिये?”

“मॅनेजर!”

“मॅनेजर नही, मै मालिक हूँ!” त्याच्यायला आली का पंचाईत. मालकाशी डायरेक्ट बोलायचं म्हणजे जरा त्रासाचंच होतं, कारण मालकाला सांगून तुला हाकलून देईन असा त्याला दम देता येत नाही. उलट तोच आपल्याला सामानासह रस्त्यावर फेकून द्यायची शक्यता असते.

“हे काय हॉटेल आहे की धर्मशाळा?” मी मायबोलीचा आसरा घेतला.

“का, काय झालं?” त्यानेही तितक्याच सफाईदार मराठीत मला विचारलं आमची दांडीच गुल.

“नाही, म्हणजे तसं काही झालं नाही! पण रात्रभर बाथरुमधला नळ गळत होता.”

“ठीक आहे, मग त्यात एवढी बोंबाबोंब करायचं काम काय? एवढंच आहे तर ताजमध्ये रहायचं होतं!”

हा माणूस नक्कीच मराठी असावा. मी उगीचच गिऱ्हाइकाचा संतोष हाच आमचा फायदा ही पाटी कुठे दिसते का ते पाहून घेतलं. कारण या पाटीखाली उभे राहिलेल्या मराठी व्यावसायिकाला गिऱ्हाइकाशी भांडायला जास्त जोर येतो. त्या पाटीवरचा राग तो गिऱ्हाइकावर काढत असतो. एकूण काय मी त्याच दिवशी बाणेदारपणे ते हॉटेल सोडून अलिबागची तर पकडली. भाऊच्या धक्क्यावर विशेष त्रास होत नाही. त्या दिवशी गर्दीही नव्हती. तिथून एस.टी.त कंडक्टरशी अजिबात वाद न होता मी चौलला पोचलो.

चौलला राजाभाऊ जोशींनी नेहमी प्रमाणे हसत हसत स्वागत केलं आणि राहायला जागा नाही असं सांगितलं. थोड्या वेळाने त्यांनी व्हरांड्यात नेहमी प्रमाणे कॉटही टाकून दिली. इथेच माझं सीताशी जमलं. म्हणजे ते सगळं इतकं झपाट्याने जमलं की बोलायची सोय नाही. मी मुंबईला इंटरव्ह्यूसाठी गेलो होतो. तिथून रेवदंड्याला गेलो. आमच्या संशोधनासाठी पानं फुलं गोळा केली आणि बरोबर एक बायको घेवून मुंबईला परतलो. माझ्या सारख्या माणसाचं सीता धवन नावाच्या पंजाबी, गोऱ्या, स्मार्ट मुलीशी लग्न होऊ शकेल हे कुणाला खरंच वाटल नसतं. पण अलिबागच्या मॅजिस्ट्रेटसमोर लग्न पार पाडून आम्ही मुंबईला गेलो, तेव्हा मला

कळलं की आपण उतरलेल्या हॉटेलच्या मालकाचं नाव जनक धवन आहे. त्यांची दोन-तीन हॉटेलं आहेत. त्यांना आपल्या हॉटेलचा अभिमान आहे. त्याचं असं झालं की मी हॉटेलच्या दारात पोचलो तेव्हा ते काउंटरवर होते.

"काय काम आहे इथं?"

"माझ्या सासऱ्याला भेटायचंय!"

"मग ठीक आहे, तुम्हाला उतरायला येथे जागा नाही."

"मला तरी इथं उतरायची कुठं हौस आहे!"

"हाय डॅडी!" मागून सीताचा आवाज आला.

"मीट रवी, रवी धिसिझ् माय डॅड!" आमच्या दोघांचे चेहेरे कसे झाले असतील याची कल्पना करणे मी तुमच्यावर सोपवतो. रवी म्हणजे मी, जनक धवन यांचा, म्हणजे त्या हॉटेल मालकाचा जावई बनलो होतो. म्हणजे सापाची मुलगी मुंगसाला किंवा मुंगसाची मुलगी सापाला देण्याचाच हा प्रकार होता.

आमच्या प.पू. श्वशुरांनी आम्हाला त्यांच्या खोलीत नेलं. (आपण हिंदी पिक्चर बघता का? हा प्रश्न वाचकांना. म्हणजे मग 'काश अगर तेरी माँ जिंदा होती!' स्टाईल संवाद लिहायचे माझे श्रम वाचतील. फोटो, हार सगळं तसंच!) मग श्वशुर आमच्याकडे वळले. त्यांच्या नजरेत जर खरोखरीच सामर्थ्य असतं तर मी आज ही गोष्ट लिहीत नसतो. एक तर त्यांच्या पोटात गेलो असतो किंवा माझ्या जागी जो राखेचा ढीग तयार झाला असता तो आज गंगेत असता. 'सर्वस्व चाहं हृदिसन्निविष्टो' म्हणजे कुरूक्षेत्रावरील सर्वांना जरी चहा हवा असला तरी पार्था घाबरू नको आपल्या हृदयात 'स्टो' आहे कृष्णानं म्हणून ठेवलय. आमच्या सासऱ्यांच्या हृदयात बॉयलरचा जाळ पेटला होता नुसत्या 'स्टो'ने काय होतंय?

"मिस्टर, माझ्या मुलीशी लग्न केलंत म्हणून फुकट खायला मिळेल असं वाटलं की काय तुम्हाला?"

"मी तरी अजून या गोष्टीचा विचार केलेला नाही बुवा." मी आपलं खरं ते सांगून टाकलं.

"आपण काय करता?"

"सध्यातरी तुमच्या समोर उभा आहे. तुम्ही 'बसा' म्हटलं नाही तर थोड्या वेळात मी त्या कोचावर बसीन म्हणतो!" "बरं बसा! पोटापाण्याचा व्यवसाय काय करता?" हृदयाच्या 'स्टो'ला जोरात पंप मारून त्यांनी विचारलं. या प्रश्नाचं उत्तर तसं फारच सोपं होतं. 'काय परदानजी राज्यात आबादी आबाद आहे ना?' या प्रश्नाला तमाशातले परदानजी 'जी' म्हणून ज्या शिताफीने उत्तर देतात त्या शिताफीने मी म्हणालो "काही नाही!"

"काही नाही!"

''काही नाही?'' हे असंच चालू राहिलं तर एक दोन-चार तास यो यो प्रमाणे हा काही नाहीचा खेळ चालू राहील असं मला वाटायला लागलं. पण आमच्या श्वशुरांनी 'हुँ' आणि 'ह्या' या दोहोमधला एक तिरस्कारजन्य उद्गार काढला आणि पिननं हवा जावी तसे ते खुर्चीवर बसले.

'हायरे देवा!' या स्टाइलचा हात डोक्यावर मारणे हा प्रकार झाल्यावर त्यांनी पुन्हा एकदा हृदयाचा 'स्टो' पेटवला.

''माझ्या भोळ्या भाबड्या मुलीला फसवताना लाज नाही वाटली?''

''अहो पण साहेब, मला लग्न करायचं नव्हतं. सीताने जबरदस्ती केली माझ्यावर!'' मी हे वाक्य म्हटलं नि खानोलकर नेहमी ज्या उफाळलेल्या ज्वालामुखीबद्दल लिहायचे तो ज्वालामुखीचा स्फोट नि खदखदणारा तप्त लाव्हा मी प्रत्यक्ष बघितला.

''खबरदार जर तिच्या चारित्र्यावर शिंतोडे उडवशील तर! खानदानी घराण्यातली मुलगी आहे ती!'' हे असंच चालू राहिल तर माझ्या पायगुणाने ब्लड प्रेशर वाढून सासरा खपणार नि मी हॉटेल व्यवसायात मालक म्हणून शिरणार हे भविष्य सांगायला ज्योतिषाची गरज नव्हती. पण मला इतक्या लौकर हॉटेलच्या व्यवसायात पडायचं नव्हतं.'

''जनकसाहेब, सीता तुमची मुलगी असेल पण ती माझी बायको आहे हे लक्षात ठेवा!'' मी पेटलेल्या वणव्याला चूळ थुंकून विझवायचा प्रयत्न करीत होतो. आमच्या सुदैवाने आमचं माय डिअर वाइफ, आमची ही, मिसेस सीता हिला एकाएकी वाचा फुटली. तिने त्या जनकाचा दंड धरला आणि ती म्हणाली ''बाबा हे हो काय!' असं काय करता! अशानं मी रवीला घेऊन कायमची निघून जाईन!'' यावर तो ज्वालामुखी आग ओकायचा थांबला पण तरी त्याच्या नाकपुड्यातून धूर येतोय कानांतून वाफा बाहेर पडताहेत असे मला उगीचच वाटत होते.

''ठीक आहे तर! मी तुम्हाला सहा महिन्यांची मुदत देतो. त्याच्या आत मला पैसे मिळवून दाखवा! नाही तर लाथ मारून हाकलून देईन!'' ते माझ्या ज्या अवयवावर लाथ मारू इच्छित होते; तो मी कोचात आणखी दृढ केला नि म्हटलं ''पैसा पैसा तो क्या स्साला रंडी भी कमाती है!'' आता वाक्य आमचं ओरिजिनल नव्हे, कुठलं तरी उधार उसनवारीवर घेतलेलं. पण त्यावर ठरलेली संवादाची चाकोरी सोडून आमचे श्वशुर म्हणाले. ''सहा महिन्यात रंडी तरी बनून दाखवा!'' आणि त्यानंतर त्यांनी ज्या शिव्या दिल्या त्या छापताना छापखान्यातला टाईप वितळला असता म्हणूनच त्या इथे लिहिलेल्या नाहीत. सुदैवाने त्यांची लेक म्हणाली, ''बाबा! आम्ही आत्ताच निघतो. नाही तर तुम्ही यांची ताबडतोब माफी मागा!'' यावर ते काही न बोलता निघून गेले. वीस दिवसांत प्रेम करून लग्न

करणारे आम्ही, २१ दिवस आधी जर मला कुणी सांगत की तुझं सीता जनक धवन या मुलीशी लग्न होणार आहे तर कसलीही वाट न बघता मी त्याला मेंटल हॉस्पिटलला नेला असता, तीच ही तरुणी आता माझ्या गळ्यात हक्काने हातांची मिठी घालून तोंडाचा चंबू करून म्हणत होती, "रवी, बाबा तसे प्रेमळ आहेत रे, पण ते जरा तापट आहेत एवढंच!" यावर मी काय बोलणार बापडा. "मग तुझ्या बाबांच्या प्रेमाची कडक लक्ष्मी का व्हावी बरं? एकाएकी ती प्रेमाची दुथडी करून वाहणारी गंगा राजापुरी गंगेप्रमाणे लुप्त झाली याचं कारण जर सखये तू मला सांगितलंस तर फार बरं होईल!"

"अशा वेळी तुला चेष्टा कशी सुचते रे?" तिने डोळे मोठे केले.

"मग तूच तर कुठल्याही कठीण प्रसंगी तू हसत असतोस असं म्हणत माझ्याशी लग्न केलंस. लग्नातही मी हसतच नव्हतो का? मग हे तर काय किरकोळ आहे!"

"तू मिळवशील सहा महिन्यात पैसे! माझी खात्री आहे!" यानंतर आम्ही दरवाजा आतून बंद करून घेतल्यामुळे पुढच्या गोष्टीस वाचक मुकत आहे, क्षमस्व.

या प्रसंगाला सहा महिने उलटून जायचे होते पण विशेष अवधी उरला नव्हता. मी नोकरीसाठी धडपडत होतो. पण मनासारखी नोकरी मिळत नव्हती. बाहेरगावी नोकरी केली तर सासऱ्यांच्या दृष्टीने आयतीच पीडा जाणार होती. शिवाय ते सीताला त्यांच्या दृष्टीआड होऊ द्यायला तयार नव्हते. त्यांच्या लॉजिंग बोर्डिंगातून माझी जेवायची सोय होत होती. हिशोब ठेवणे वगैरे कामासाठी ते सीताला पैसे देत होते. त्यातून पॉकेटमनी निघायचा. शिवाय सीताच्या हाती खजिन्याच्या किल्ल्या होत्याच. त्यांनी महागड्या पेपरात जाहिराती दिल्या पण मला हॉटेलचा मॅनेजर करायला नकार दिला. त्यापेक्षा हॉटेल विकून हिमालयात जाईन असं म्हणाले ते. तिथे सुद्धा दानाची वृत्ती नव्हती.

सीता मला म्हणायची 'काही जमतंय का रे?' मी नंदी बैलासारखी मुंडी हलवायचो. आपले स्मित ढळत नव्हते आणि जनक पंतांच्या कपाळीवरल्या आठ्या. आम्ही लोहचुंबकाचे विजातीय धृव म्हणूनच जन्माला आलेले असावेत. वानगीदाखल हा संवाद घ्या.

"गुड मॉर्निंग जनकपंत!"

"गुड... ओह, इट्स यू! मला जनकपंत म्हणत जाऊ नका."

"बरं, गुडमॉर्निंग जनकराव!"

"मला जनकराव म्हणायचं काम नाही." म्हाताऱ्याला मॅनर्सच नव्हते की काय? पण इतरांशी तर गुडमॉर्निंगशिवाय बोलत नसे. "गुडमॉर्निंग सासरेबुवा!"

मी चिकाटी सोडली नव्हती. "चारचौघांत आपलं नातं जाहीर करायची काही गरज होती का?"

च्यायला आता! मग बोलायचं तरी काय? बरं न बोलावं तर सीता म्हणणार, तेसुद्धा मान वेडावत, अंगाला अंग घासत म्हणजे आम्ही पाघळणार "तूच तुझ्याविषयी चांगलं मत होईल असं बघत जा."

"बरं तर, नुसतं गुडमॉर्निंग!"

"नो गुडमॉर्निंग ॲटॉल, सकाळी उठून तुमचं दर्शन झाल्यावर मॉर्निंग गुड असायचा प्रश्न कुठे येतो."

या 'नो गुडमॉर्निंग' दिवशीच त्यांचे नि सखारामचे भांडण झाले. हा हेड वेटर; माझा मित्र बनला होता. मी त्याला अधनं मधनं आकडा काढून द्यायचो नी तो लागायचा. माझ्या या सुप्तशक्तीची पहिली जाणीव सखारामला झालेली. एक दिवस वेळ जात नव्हता म्हणून मी खाली रेस्टॉरंट विभागात गेलो. गिऱ्हाईक नव्हतं. सखारामने आणलेले कबाब खात मी पेपर्स चाळू लागलो.

"साहेब! एक काम आहे!"

"हं बोल!"

"मोठ्या मालकांना एक आकडा सांगा!"

"मी? मोठ्या मालकांचे नि माझे प्रेम तुला माहिती आहेच!"

"साहेब कुठलाही एक आकडा सांगा!"

वुई फ्लाय थ्री टाईम्स टू लंडन व्हाया कुवेत! एका विमान कंपनीची पानभर जाहिरात उघडून त्यातल्या मादक एअर होस्टेसकडे मी त्यावेळेस बघत होतो.

"तीन!" मी सखारामला उत्तर दिले.

"आणखी एक आकडा सांगा ना साहेब!" मी पान नंबर बघितला. "पाच!" हे ऐकून सखाराम घाई घाईने "ओपनला तिकडम' असे म्हणत निघून गेला.

दुसऱ्या दिवशी त्याचा चेहरा खुललेला होता. "साहेब! दोन्ही फिगर फिट् बसल्या!"

"हे जुनेच कपडे आहेत, त्यामुळे घट्ट होताहेत!" मी उत्तरलो.

"कपडे नाही साहेब, आकडे!"

"आकडे? कसले आकडे?"

"काल तुम्ही सांगितले!"

"मी कधी सांगितले?"

"असं काय करता साहेब, मग इकडे बघत त्याने मला एक दहाची नोट दिली."

"साहेब, आपलं कांट्राक्ट, दुसऱ्या कुणाला बोलायचं नाही!"

"सखाराम! हे पैसे कसले?"

"हळू बोला साहेब!"

मग सखारामनं मला सांगितलं, व्यवस्थित समजावून दिलं. मग मी त्याला रोज आकडा सांगू लागलो. एकंदरीत काय सखारामची व माझी दोस्ती जमली. अशा सखारामाचं नि जनकरावाचं आईमाईवरून लय जोरदार झालं आणि सखाराम नोकरी सोडून गेला.

आमचे श्वशुर श्री. जनकराव धवन हे एक अतिश्रीमंत गृहस्थ होते. त्यांना फक्त एकच छंद, प्रेम होते ते म्हणजे नवनवी हॉटेले खोलणे. दुसऱ्या एकाच गोष्टीवर त्याचं प्रेम होतं, ते म्हणजे त्यांची इकलौती बेटी सीता. आजकाल सीताची त्यांना कीव यायची. आपण एवढ्या प्रेमाने वाढवलेल्या या मुलीने आपल्याला केवळ पत्र टाकून एका मराठी पोराशी लग्न करावं! यामुळे आधीच स्त्री जातीच्या खांद्यावर काही नसतं असं मानणाऱ्या या माणसाला आपल्या मुलीला कॉलेज ऐवजी मेंटल हॉस्पिटलला ॲडमिट केले असते तर? किंवा तसेच का केले नाही? या प्रश्नांनी त्रस्त केले होते. बरं त्यात माझी उद्योगप्रियता रोज कलेकलेने वाढताना त्यांना दिसत होती. सीतेला दिवस गेले होते. त्यामुळे जनकराव मला बोलूही शकत नव्हते, कारण सीता लगेच रडायला सुरुवात करेल याची त्यांना खात्री होती. त्यामुळे त्यांची मन:स्थिती पिंजऱ्यात कोंडलेल्या वाघासारखी झाली होती आणि त्यातून सखारामचे व त्यांचे वाजले होते. सखारामला मी फितवला असा त्यांचा ग्रह झाला होता. वारंवार मुठी वळवत त्यांचे नोकर फोडणाऱ्याचं ते काय करू शकतात, हे त्यांनी मला ऐकवलं होतं. अर्थात कुणाच्या तरी आडून नोकरा बोले जावया लागे असं.

सहा महिने संपायला दोन आठवडे होते. सीता खोलीत आली. "बाबांचा मूड आज ठीक दिसत नाही!" ती म्हणाली.

"का काय झालं?"

"बाबांचं वेड तुला ठाऊक आहेच."

"आता कुठे नवं हॉटेल बांधताहेत?"

"नागपूरला!"

"मग त्यात अडचण कसली, त्यांच्याजवळ पैसा आहेच!"

"नुसता पैसा असून भागत नाही!"

"मग आता काय हवंय त्यांना!"

"सखाराम त्यांना अडवतोय!"

"सखाराम? त्याचा काय संबंध यात?"

सखाराम मूळचा नागपूरचा; बाबांना एक साईट आवडली पण तिथे एक खोपटं नि पानाचं दुकान आहे. ते सखारामचं आहे. सखारामला ते पैसे द्यायला तयार आहेत पण सखाराम म्हणतो कोणत्याही परिस्थितीत आपल्याला हे विकायचं नाही!''

''त्याचंही बरोबर आहे!'' असं म्हणून मी फोन उचलून माननीय जनकराम यांना आमच्या खोलीत बोलावून घेतलं.

आमचा संवाद, फोनवरचा नि नंतरचा जिज्ञासूंसाठी खाली उद्‌धृत केला आहे. (जिज्ञासू, उद्‌धृत वगैरे शब्द असले की लेखनास प्रतिष्ठा का कायसं मिळतं म्हणे– लेखक)

''हॅलो जनकपंत का?''

''आता काय काढलं? आयुष्यातलं एक मिनिट सुखात जाऊ देऊ नका!''

''मोठी वाक्ये प्रकृतीस वाईट, मिस्टर जनकपंत!''

''काय असेल ते लौकर आवरा, सीताजवळ पैसे दिलेत!''

''नागपूरची साईट हवी आहे असं ऐकलं!''

''तुमचा काय संबंध त्यात!''

''इकडे आलात तर सांगतो!''

''मला वेळ नाही!''

''बरं तर, मग नागपूर विसरा!'' या बरोबर ते फोन आदळून पळत सुटले. आता अख्ख्या नागपुरात अनेक जागा असतील पण यांच्या डोक्यात एकदा एक जागा शिरली की तीच. याचा मला फायदा होणार होता. आता त्यांना मी माझा हिसका दाखवणार होतो.

धापा टाकत जनकपंत आमच्या खोलीत आले.

''तुम्हाला नागपुरात जागा हवी आहे म्हणे!''

''हो पण तो हलकट पाजी....''

''शिव्या देऊन काही होणार नाही, हे पैशाचं काम नव्हे, डोक्याचं आहे'' यावर जनकपंत खवळले पण गप्प बसले!

''मला त्या हॉटेलचा मॅनेजर करावं लागेल!'' त्यांनी मुंडी हलविली. सीता हसू लागली. ''सखाराम किती पैसे मागतो?''

''तो काही बोलायलाच तयार नाही!''

''त्या जागेची किंमत काय?''

''बारा हजार!''

''मला पंधरा हजाराची कॅश द्या नि विमानाचं रिझर्वेशन करा!''

सखारामला पटवणं ही गोष्ट माझ्या दृष्टीने अगदीच सोपी होती. त्याला

हॉटेलबाहेरचा ठेला भाड्याने द्यायचं ठरवून आठ हजारांत सौदा पटवला.

जनकराम एअरपोर्टवर हजर होते.

"काय झालं?" त्यांनी गाडीत बसता बसता विचारलं. "घरी गेल्यावर सांगतो."

आम्ही घरी आलो.

"काम झालं ना?" सीताने विचारलं.

"हो! अगदी फत्ते! मीच ते पानाचं दुकान चालवीन म्हणतो, झकास आहे. घराची डागडुगी करावी लागेल थोडी."

"म्हणजे?" एखाद्या पाणघोड्याने दोरीवरच्या उड्या मारायचा प्रयत्न करावा तशी ॲक्शन करत जनक पंतानी विचारलं. "सहा महिन्यांच्या आत मी धंदा सुरू करायचा होता ना? त्याप्रमाणे मी नागपूरला एक पानाचे दुकान विकत घेतलेले आहे." मी आमच्या श्वशुरांना सांगितले.

नालायक, हलकट, पाजी, हरामखोर इथून सुरुवात करून एकही शिवी परत न म्हणता पुढची पंचेचाळीस मिनिटे त्यांच्या वाक्गंगेचा स्रोत चालू होता. ते एकदाही अडखळले नाहीत. मला बऱ्याच नव्या प्रक्रियांचा शोध लागला. त्या दिवशी वात्स्यायन हजर असता तर त्यालाही चार दोन नव्या गोष्टी कळल्या असत्या. अखेरीस ते रिझर्ववर आले. पंजाबीत काहीतरी बोलले नि नंतर बंद झाले.

"संपली आत्मस्तुती? आता व्यवहाराचं बोलूया."

"आम्हीच तुमच्याकडून व्यवहाराचे धडे घ्यायला हवेत, काय म्हणाल ते मान्य आहे." असं म्हणून तो माझा भला मोठा पंजाबी सासरा खदखदून हसू लागला.

"आम्हाला असा व्यवहारी जावई मिळायला हे आधी कळलं असतं तर कशाला बरं सहा महिने शिव्या दिल्या असत्या." असं म्हणून त्यांनी बाटली उघडली. पण त्या आधीच मी स्टॅंपपेपर पुढे केला होता. त्यांच्या धंद्याचा भागीदार बनून मगच आम्ही चिअर्स म्हणालो सीताने मला बक्षिस दिलं ते नंतर.

■